சிவப்பு ரிக்ஷா

சிவப்பு ரிக்ஷா
தி. ஜானகிராமன் (1921–1982)

தி. ஜானகிராமன் தஞ்சை மாவட்டம் மன்னார்குடியை அடுத்த தேவங்குடியில் பிறந்தவர். பத்து வருடங்கள் பள்ளியாசிரியராகப் பணியாற்றியவர். பின்பு அகில இந்திய வானொலியில் பணியாற்றி ஓய்வுபெற்றார். கர்நாடக இசை அறிவும் வடமொழிப் புலமையும் பெற்றிருந்தவர்.

1943இல் எழுதத் தொடங்கிய தி. ஜானகிராமன், 'மோக முள்', 'அம்மா வந்தாள்', 'மரப்பசு' உள்ளிட்ட ஒன்பது நாவல்கள், நூற்றுக்கும் மேற்பட்ட சிறுகதைகள், மூன்று நாடகங்கள், பயண நூல்கள் ஆகியவற்றை எழுதினார். சிட்டியுடன் இணைந்து எழுதிய 'நடந்தாய் வாழி காவேரி' பயண இலக்கிய வகையில் முக்கியமான நூலாகக் கருதப்படுகிறது.

'மோக முள்', 'நாலு வேலி நிலம்' ஆகியன திரைப்படமாக்கப் பட்டுள்ளன. 'மோக முள்', 'மரப்பசு', 'அம்மா வந்தாள்' ஆகிய நாவல்களும் பல சிறுகதைகளும் இந்திய, ஐரோப்பிய மொழிகளில் மொழிபெயர்க்கப்பட்டிருக்கின்றன.

1979இல் 'சக்தி வைத்தியம்' சிறுகதைத் தொகுப்பிற்கு சாகித்திய அக்காதெமி விருது வழங்கப்பட்டது.

தி. ஜானகிராமனின் பிற நூல்கள்
[காலச்சுவடு வெளியீடு]

நாவல்
- மரப்பசு
- அமிர்தம்
- மலர்மஞ்சம்
- மோக முள் (கிளாசிக் வரிசை)
- அம்மா வந்தாள் (கிளாசிக் வரிசை)
- செம்பருத்தி
- நளபாகம்
- உயிர்த் தேன்
- அன்பே ஆரமுதே

குறுநாவல்
- அடி
- தி. ஜானகிராமன் குறுநாவல்கள் (முழுத் தொகுப்பு)

கட்டுரைகள்
- தி. ஜானகிராமன் கட்டுரைகள்

சிறுகதை
- கொட்டு மேளம் (முதல் சிறுகதைத் தொகுப்பு வரிசை)
- கச்சேரி
- தி. ஜானகிராமன் சிறுகதைகள் (முழுத் தொகுப்பு)
- சிலிர்ப்பு: தமிழ் கிளாசிக் சிறுகதை வரிசை
- பாயசம்

பயண நூல்
- நடந்தாய் வாழி காவேரி (சிட்டியுடன்)
- கருங்கடலும் கலைக்கடலும் (கிளாசிக் வரிசை)

வாழ்வியல் சித்திரம்
- அபூர்வ மனிதர்கள்

தி. ஜானகிராமன்

சிவப்பு ரிக்ஷா

காலச்சுவடு பதிப்பகம்

அன்பார்ந்த வாசகருக்கு,

வணக்கம்.

காலச்சுவடு நூலை வாங்கியமைக்கு நன்றி.

நூலின் உள்ளடக்கம், உருவாக்கம், அட்டைப்படம் இன்ன பிற அம்சங்கள் பற்றிய உங்கள் கருத்துகளையும் ஆலோசனைகளையும் காலச்சுவடு வரவேற்கிறது. தகவல், எழுத்து, வாக்கியப் பிழைகள் தென்பட்டால் கட்டாயம் தெரிவித்து உதவுங்கள். நூல் தயாரிப்பில் கடும் குறைபாடு இருப்பின் மாற்றுப் பிரதி உங்களுக்குக் கிடைக்கக் காலச்சுவடு ஏற்பாடு செய்யும்.

மின்னஞ்சல்: publisher@kalachuvadu.com

காலச்சுவடு நாகர்கோவில் தலைமையகத்துக்கும் கடிதம் அனுப்பலாம்.

தங்கள்
எஸ்.ஆர். சுந்தரம் (கண்ணன்)
பதிப்பாளர் — நிர்வாக இயக்குநர்

சிவப்பு ரிக்ஷா ❖ சிறுகதைகள் ❖ ஆசிரியர்: தி. ஜானகிராமன் ❖ © உமாசங்கரி ❖ முதல் பதிப்பு: அக்டோபர் 1954 ❖ காலச்சுவடு முதல் பதிப்பு: ஜனவரி 2016, ஆறாம் (குறும்) பதிப்பு: டிசம்பர் 2022 ❖ வெளியீடு: காலச்சுவடு பப்ளிகேஷன்ஸ் (பி) லிட்., 669, கே.பி. சாலை, நாகர்கோவில் 629001

civappu rikshaa ❖ Short Stories ❖ Author: Thi. Janakiraman ❖ © Umashankari ❖ Language: Tamil ❖ First Edition: October 1954 ❖ Kalachuvadu First Edition: January 2016, Sixth (Short) Edition: December 2022 ❖ Size: Demy 1 x 8 ❖ Paper: 18.6 kg maplitho ❖ Pages: 176

Published by Kalachuvadu Publications Pvt. Ltd., 669 K.P. Road, Nagercoil 629001, India ❖ Phone: 91-4652-278525 ❖ e-mail: publications@kalachuvadu.com ❖ Printed at Clicto Print, Jaleel Towers, 42 KB Dasan Road, Teynampet Chennai 600018

ISBN: 978-93-5244-010-8

12/2022/S.No. 686, kcp 4072, 18.6 (6) uss

பொருளடக்கம்

சிவப்பு ரிக்ஷா	9
கடன் தீர்ந்தது!	24
பொய்	42
கோயம்புத்தூர்ப் பவபூதி	54
தேவர் குதிரை	69
பரதேசி வந்தான்	81
சத்தியமா!	92
செய்தி	102
மறதிக்கு...	114
பஞ்சத்து ஆண்டி	125
நான்தான் ராமன் நாயர்	144
தூரப் பிரயாணம்	156
ராவணன் காதல்	167

சிவப்பு ரிக்ஷா

மூச்சுவிட முடியவில்லை. ஆறாக வேர்த்து ஊற்றிற்று. தோள்பட்டையைப் பற்றிப் பற்றி, தோள் பட்டை வலி எடுத்தது. கை மாற்றிக்கொள்ளவும் முடியவில்லை. தொங்குகிற கையில் சாமான் பை. அதை மேலே உயர்த்த முடியாமல் பின்னால் இருந்த ஆசாமி இடித்து நசுக்குகிறார். டிராம் முழுவதும் வேர்வை நெடி அனலடிக்கிறது. 'பீக் அவர்' என்ற உருவில் காலம் நாலு வண்டி ஆட்களை ஒரு வண்டியில் அடைத்து நசுக்கிப் பிழிகிறது. உழைத்துவிட்டு, வீட்டின் அமைதியை நோக்கிப் பறக்கும் மனிதவர்க்கத்தின் முகவாட்டத்தையும் அலுப்பையும் வேர்வையையும் பார்க்கும்போது, காலத்தின் இந்த அசுர உருவந்தான் கண்முன் நிற்கிறது. அம்மாடா! இன்னும் மூன்று நிறுத்தந்தான். அப்புறம் இறங்கி வெளியையும் காற்றையும் நுகரலாம். என்னைப்போல, அதோ அருகில் இருக்கும் அந்தப் பெண்ணுக்குக்கூட விடுதலை கிடைக்கும். என் தெரு; எதிர்ச் சாரியில் மூன்று வீடு தள்ளியிருக்கிற வீடுதான் அவளுக்கு. வேர்வை துளும்ப, லோலக்கு ஆட, அந்த மலர் வாடி வதங்கிக்கொண்டிருக்கிறது. என்ன களை! என்ன குறுகுறுப்பு! எவ்வளவு அலுப்பு!

திடீரென்று, அந்தக் கண்ணில் கனல் பறந்தது. உராய்ந்து நின்றிருந்த பையனின் – பையன் என்ன, இளைஞன் – முழங்கைக்குக் கீழ் அவள் நகம் பதிந்தது; பதிந்தது; சதையைக் கிழித்து இறங்கிற்று. ரத்தம் கசிந்தது; ஊற்றெடுத்தது. நல்ல செம்பருத்தி ரத்தம்; இளம் ரத்தம்.

கடவுளும் நானுந்தான் பையனின் முகத்தைப் பார்த்தோம். உதட்டைக் கடித்தான். கண்ணை மூடினான். ஓர் இடி இடித்தான். முன்னால் நகர்ந்தான். பிதுங்கிக் கொண்டு நகர்ந்தான். தள்ளப்பட்ட இரண்டு ஆட்களும் நெருங்கிக் கொண்டார்கள். பையனைப் பார்க்க முடியவில்லை.

பெண், ரத்தம் கசிந்த தன் விரலைத் துடைத்துக் கொண்டாள். நகத்தைப் பார்த்தேன். சாதாரண நகந்தான். விரல் இருவாட்சிப் பூ. இந்த விரலுக்கு இவ்வளவு சீற்றமா?

சுற்றுமுற்றும் பார்த்தாள். என்னைப் பார்த்தாள். நான் எங்கேயோ பார்த்துக்கொண்டிருந்தேன். குனிந்து ஜன்னல் பக்கம் பார்த்தாள். எவ்வளவு கோபம்! எவ்வளவு வேதனை!

"ஸ், அப்பாப்பா! தாங்கலையே புழுக்கம்! எவ்வளவு மெதுவாகப் போகிறது!" என்று அலுத்துக்கொண்டாள்.

"ரண்டு ரக்கை கட்டினா, சரியாப் பூடும்" என்றாள் உட்கார்ந்திருந்த பெண்பிள்ளை ஒருத்தி.

"அந்த ரக்கையிலேயும் பத்துப் பத்துப் பேர் உட்கார்ந் துக்கலாம்" என்று சிரித்தாள் பெண்.

என்ன சிரிப்பு இது! அதற்குள்ளா? விரல்பட்ட கோபம் இந்த முத்துப் பல்லுக்குத் தெரியாதா?

இடம் வந்ததும் இறங்கினேன்.

"அப்பாடா!" என்று முகத்தைத் துடைத்துக்கொண்டேன்.

"அம்மாடி! கால் விரலெல்லாம் நசுங்கிப் போயிடுத்துடாப்பா" என்று சொல்லிக்கொண்டே இறங்கினாள் அவள்.

"ரத்தங்கூடத்தான் பீறிட்டு அடிக்கிறது" என்றேன். சட்டென்று திரும்பி, என்னைப் பார்த்தாள்; சிரித்தாள்.

"நீங்க பார்த்துண்டு இருந்தேளா?"

"வேறு ஒருத்தரும் பார்க்கலைன்னுதான் நினைக்கிறேன்."

"பின்னே என்ன ஸார் பண்றது? இந்த வருஷத்தோடு ஸ்கூல் முடியறது. அப்புறம் காலேஜிலே படிக்கப் போறேன். பி.ஏ.யோ, எம்.ஏ.யோ, எதுவோ, பாஸ் பண்ணிப்பிட்டு உருப்படியா வந்தாகணுமே. ஏறினவுடனே எழுந்துண்டு 'ஸீட்டு'க் கொடுன்னு கேக்கலை. நின்னுண்டே வரத் தயார். பேசாமல் வந்தால் என்ன?"

"என்ன பண்ணினான்?"

"இடிச்சு இடிச்சுண்டு நின்னான். சரி, கூட்டம் நெருக்கடி. போனால் போகிறது காதுகிட்ட வந்து ஊதுவானேன்? லோலக் அசையுமான்னு பார்த்தான்; பட்டான். ஸ்கூலுக்குப் போறது அவதி. திரும்பி வரது அவதி. நிற்கிறதுக்கோ வழியில்லை. இந்த அவஸ்தையெல்லாம் புரிஞ்சுக்கப்படாதா? சேஷ்டை வேறேயா?"

"வாயைத் திறக்கலை பயல்; நழுவிப்பிட்டானே!"

"திருடனுக்குத் தேள் கொட்டினா, சத்தம் போடுவானா?"

"ஐயோ! என்னை மாத்திரம் அப்படிக் கிள்ளியிருந்தா, அப்படியே விழுந்து பிராணன் போயிருக்கும்."

"உங்களைக் கிள்ளலை, ஸார். நீங்க கோணா மாணான்னு ஏதாவது நியூஸ் போட்டுட மாட்டேளா? உதவி ஆசிரியராச்சே."

"உனக்கு எப்படித் தெரியும்?"

"மதராஸிலே ஒரு வருஷமாத்தான் வாசிக்கிறேன். மாடியிலே குடியிருக்கிறவா யாரு, எதிர்த்த வீட்டுக்காரர்கள் யாரு – இதெல்லாம் தெரிஞ்சுக்காம இருக்க இன்னும் நாலு வருஷமாவது பழக வேண்டாமா?"

சிரிப்பு வந்தது எனக்கு. வயசுக்கு அதிகமான புத்தி.

"இங்கேதான் ஸார் இருக்கோம். கொஞ்சம் வந்துவிட்டுப் போங்கள், ஸார்" என்று வீட்டு வாசல் வந்ததும் அழைத்தாள். தட்ட முடியவில்லை, போனேன்.

"உட்காருங்க ஸார். அப்பா, அப்பா!"

"ஏம்மா" என்று மாடியிலிருந்து குரல் வந்தது.

"கொஞ்சம் கீழே வாங்கோப்பா."

பனியனும் மூக்குக் கண்ணாடியும் விரல் வைத்த புத்தகமுமாக அப்பா வந்தார்.

"நமஸ்காரம்."

"நமஸ்காரம்."

"இவரைத் தெரியுமாப்பா உங்களுக்கு?"

"ம். பார்த்தாப்பலே இருக்கு."

"இதோதான் இருக்கிறேன். இதே தெருதான் எதிர்த்த சாரி."

"ஓஹோ! அப்படியா!"

"ஸப் – எடிட்டர் அப்பா! நீங்க கையிலே வச்சிண்டிருக்கேளே, அந்தப் பேப்பர்லேதான்."

"அப்படியா? ரொம்ப சந்தோஷம்."

"நீங்க பேசிண்டிருங்கோ ஸார், இதோ வந்துவிட்டேன்" என்று பெண் உள்ளே போனாள்.

மதராஸுக்கு அவர்கள் வந்து ஒரு வருஷம் ஆயிற்றாம். ஊர் சிதம்பரமாம். தாசில்தாராக இருந்து ரிடயராகி இரண்டு வருஷகாலம் ஆகிறது. குழந்தைகள் நிறையப் பிறந்து ஒரு வயசு, நாலு வயசு, ஆறுமாதம் என்று எல்லாம் போய்விட்டன. கடைசி அடியாகப் போட்டது போன வருஷம். காலேஜில் படித்துக்கொண்டிருக்கிற பையனையும் வாரிக்கொண்டு போய்விட்டது காலம். ஊரில் இருக்கப் பிடிக்காமல் இருக்கிற ஒரு பெண்ணையும் மனைவியையும் அழைத்துக்கொண்டு மதராஸுக்கு வந்துவிட்டார் அவர்.

"குழந்தை என்ன என்னவோ சொல்லிண்டிருக்காள். எம்.ஏ. வரையில் படிக்கணுமாம். இல்லாவிட்டால் டாக்டருக்குப் படிக்கிறேன் என்கிறாள். உன்னிஷ்டம்னு விட்டுவிட்டேன்."

"இந்தாங்கோ, ஸார்" என்று காபியைக் கொண்டு வந்தாள் பெண்.

"எதுக்கம்மா? வீட்டிலே வேறே போய்க் குடிச்சாகணுமே."

"பரவாயில்லே ஸார்."

"பரவாயில்லையா? சரி, உன்னோடே எதுக்கு வம்பு?"

"அவருக்கும் தெரியுமா நீ வம்புக்காரின்னு?" என்று தகப்பனார் கண் அகலக் கேட்டார்.

நான் சிரித்தேன்.

"ஏன் யாரையாவது அடிச்சியா?"

"அடிக்கலை. கிள்ளினேன், ரத்தம் சொட்டச் சொட்ட."

"என்னது!"

"ஆமாம், நின்னுண்டே வந்தேன். காதிலே வந்து ஊதினான். நகத்தைப் பதிச்சுக் கிள்ளினேன். ஓசைப்படாமல் நழுவிப்பிட்டான்."

"நல்ல தைரியசாலி, ஸார்."

"தைரியசாலியாவது, ஸார்! கஷ்டமான்னா இருக்கு?"

"உங்களுக்கென்ன கஷ்டம்? நான் பாத்துக்கறேன். பொழுது விடிஞ்சா, அப்பாவே என் கூடக் கூட வரமுடியுமா? நீங்களே சொல்லுங்கோ ஸார். நான் டாக்டருக்குப் படிக்கணும்; ஆபரேஷன் எல்லாம் பண்ண வேண்டாமா அடிக்கிறதுக்குப் பயந்துக்க முடியுமா?"

"நீ யாரை அடிச்சே?"

"அது ஒரு மாசம் ஆச்சு, ஸார். இடிச்சு இடிச்சுண்டு நின்னான். எத்தனை நெருக்கடியா இருந்தாலும், அங்கேயும் மரியாதையா ஒதுங்கி நிற்க முடியும். அவனுக்கும் தெரியாதா, என்ன? பளார் பளார்னு அறைஞ்சேன். ஆனால் அவன் கெட்டிக்காரத் திருடன். 'மன்னிக்கணும் இனிமே இப்படித் தவறா யாரையும் எண்ணாதே அம்மா!' என்று ரொம்பப் பெருந்தன்மையாச் சொல்லிப்பிட்டு இறங்கிப்பிட்டான். பொய், பொய். எனக்குத் தெரியும்."

"ஹ்ம்; ராமா! பகவான்தான் உன்னைக் காப்பாத்தணும் இதோடு இரண்டு தடவை ஆயிடுத்து. இனிமே இப்படியெல்லாம் செய்யாதேம்மா. என்ன இருந்தாலும்..."

"பொம்மனாட்டி, அதானே? அந்தத் தைரியந்தான் எனக்கு. ஆம்பிள்ளை அப்படி அடிச்சிருந்தால் பாஞ்சு கழுத்தைப் பிடிச்சிருப்பான். நான் அடிச்சவுடனே உளறி அடிச்சிண்டு இறங்கிப்பிட்டான்."

அல்லி ராணி மாதிரி பேசிக்கொண்டிருந்தாள் ருக்கு.

"பயந்து பயந்து சாக முடியுமா? அப்பாவுக்கு எப்பப் பார்த்தாலும் பயம். கணக்குப்பிள்ளை மொட்டைப் பெடிஷன் போடுவானோன்னு பயம். ரெவின்யூ இன்ஸ்பெக்டர், டிப்டி கலெக்டர் கிட்டக் கோள் சொல்லுவானோன்னு பயம். மிராசுதார் வந்தால் லஞ்சம் கொடுக்க வந்திருக்கானோன்னு பயம். பயந்து பயந்துகொண்டே ஒரு வழியா அக்கடான்னு ரிடயராகிவிட்டார். இனிமே நான் ரிடயராகற வரையில் பயப்பட்டாகணும் அவருக்கு" என்று அவள் முத்தாய்ப்பு வைத்ததும் அவர் சிரித்ததும் இன்றும் அப்படியே ஒலித்துக்கொண்டிருக்கின்றன.

இன்று டிராம் இல்லை. ஓடின சுவடுகூட அடைந்துவிட்டது. காதைத் துளைக்கிற, எரிச்சலைக் கிளறுகிற சத்தமும் இரைச்சலும் இல்லை. கொல்லன் பட்டறையாக அமளிப்படும் வீதிகளில் எவ்வளவு அமைதி.

காலேஜில் வாசிக்கிறாள் ருக்கு. பழைய ருக்குவா இவள்? எவ்வளவு மாறுதல்! மெல்லிய ஆரஞ்சு நைலான் புடவை?

சாண் அகலத்திற்கு மேல், பூவை அள்ளித் தெளித்த பார்டர். இறுக இறுகக் கை பிதுங்கும் ரவிக்கை. உயரத்தை உயர்த்தும் கட்டு. முகங்கூட உருண்டையாகிவிட்டது. வாளிப்பும் கட்டுமாக, பங்களூர் சூரியகாந்திப் பூ மாதிரி, கவர்ச்சியும் பூரிப்புமாக வளர்ந்துவிட்டாள்.

அட! ருக்குவா!

ஏது கார் இவளுக்கு?

ஒரு சின்ன நீலக் கார். பின் ஸீட்டில் உட்கார்ந்திருந்தாள் ருக்கு. காரை ஓட்டின இளைஞனுக்கு இருபத்திரண்டு வயசு இருக்கும். மாம்பலம் 'பஸ்'ஸுக்காகக் காத்துக்கொண்டு நின்றேன். என் பக்கத்தில் இருந்த இரண்டு யுவர்களைப் பார்த்து, ஸ்டியரிங்கில் இருந்த கையைத் தூக்கி 'ஹல்லோ' போட்டுக்கொண்டே போனான் அவன்.

"ஹல்லோ! சீரியோ! குட்லக்!" என்று அவனை வாழ்த்தினான், என்னை அடுத்து நின்றவர்களில் ஒருவன்.

ருக்குதான்! சந்தேகமே இல்லை. நம் ருக்குவா!

"அடுத்த வீட்டுக்காரர்களையும் எதிர் வீட்டுக்காரர்களையும் தெரிஞ்சுக்காமல் இருக்க இன்னும் நாலு வருஷம் ஆக வேண்டாமா?" என்று சொன்ன ருக்குதான்.

"அதிர்ஷ்டக்காரண்டா புதுசு புதுசா ஏதாவது சிநேகம் கிடைச்சிண்டுதான் இருக்கு அவனுக்கு."

"யாரு? நான் சரியாப் பார்க்கலையே?" என்று சோடா பாட்டில் கண்ணாடி பதில் சொன்னான்.

"நம்ம கணபதி. எம்.ஸி. கணபதி."

"எம்.ஸி.ஜியா? சரி, சரி, கூட யாரு?"

"கூடவா? பாரதி விழாவிலே டான்ஸ் ஆடித்தே. இன்டர் ருக்மிணி."

"ருக்மிணியா!"

"ஏன் பதைக்கிறே? உனக்கு ஏதாவது சொந்தமா?"

"சொந்தமுமில்லே. ஒண்ணும் இல்லை. ரொம்ப நல்ல பொண்ணுன்னா அது..."

"நல்ல பொண்ணோ என்னமோ? முரட்டுக் குதிரை. நிமிர்ந்து கூடப் பார்க்காது."

"பின்னே?"

"பஞ்ச கல்யாணி, நீலவேணி இந்த மாதிரிக் குதிரையெல்லாம் அடங்காமையா இருந்தது? அதுக்கும் ஒரு தேசிங்கு வந்தானா இல்லியா?"

ருக்குவா? நம் ருக்குவா? அவளா இப்படி அலைகிறாள்? முகம் தெரியாத ஒரு பயல். அவனுடன் சிநேகம். எவனோ சிரிக்கிறான். வாழ்த்துக் கூறுகிறான்! எப்படி மாறிவிட்டது! நாட்டியம் ஆடினாளாம். அது வேறு சொல்லிக்கொள்கிறாளா? நாட்டியத்தில்தான் இந்தத் துணிச்சல் ஆரம்பித்திருக்க வேண்டும்; குழந்தைகளைப் பெற்றுப் பெற்றுச் சாகக்கொடுத்து மீதியிருந்த ஒரு பிச்சைக்குச் செல்லம் கொடுத்ததன் விளைவு.

டிராமில் விழுந்த அந்த ரத்தத் துளி உலர்ந்து உறைந்து விட்டதா?

என் ரத்தம் கொதித்தது. கல்லுக் கல்லாகப் பிள்ளைகளைப் பலி கொடுத்து, கண்ணின் மணியாக வளர்த்த நெஞ்சுகள் இதைக்கேட்டால், இதைப் பார்த்தால் எப்படிக் கருகிச் சாம்பும்! நம்பிக்கை வைத்ததற்கு எவ்வளவு கொடிய தண்டனை, தகாத தண்டனை! இருக்கிறது ஒன்று; அதுவும் மண்ணைப் போட்டுவிட்டது.

கங்கையில் விழுகிற சாக்கடை, கங்கையாகி விடுகிறது; சாக்கடையில் விழுகிற கங்கைஜலம் சாக்கடை நீராகத்தான் இருக்க வேண்டியிருக்கிறது. மதராஸ் என்ன மாயம் செய்திருக்கிறது! ருக்குவைக்கூட இழுத்துக்கொண்டுவிட்டதென்றால்?

கசப்பு என்றும் கசப்பாக இல்லை. மாமிசத்தின் பிரதி நிதிகளாக, அவமானத்தின் பிரதிநிதிகளாக, பொறுப்பில்லாத பாவங்களின் வடிவமாக, இரண்டு மாணவர்களும் பிதற்றிக் கொண்டிருந்தார்கள். கவிகளும் வேதாந்திகளும் எதற்குத் தோன்றினார்கள்? எல்லாவற்றையும் இந்த வாலிபக் கூட்டம் வாசித்து, மொந்தையுருப் போடுகிறதே, எதற்காக? இப்படி

சிவப்பு ரிக்ஷா 15

அவருசியின் உருவாக, ரத்தத்தின் கையாலாகாத வெறியாகச் சீரழியவா? கால்மணியாகப் பேச்சைக் கேட்கிறேன். எவ்வளவு விரஸம்! எவ்வளவு அநாகரிகம்! எவ்வளவு யோசியாத, பொறுப்புணர்ச்சி வற்றிப்போன கொடுமை! இவர்கள் சதையைத் தவிர, உத்தியோகத்தைத் தவிர, மேல் மரியாதையைத் தவிர, வேறு எதில்தான் நம்பிக்கை வைத்திருக்கிறார்கள்? அப்படி மேலுக்குக் கூட மரியாதையைக் காணோமே! காரில் போனவனுக்கு வாழ்த்துக் கூறியவர்கள், பக்கத்தில் இருப்பவன் கேட்கிறானே என்று ஏன் பார்க்கவில்லை? எவ்வளவு அவமரியாதை! எவ்வளவு தடித்தனம்! படிப்பின் அகம்பாவமா இது?

படிப்பின் அகம்பாவந்தான். கண்ணைக் கட்டுகிற படிப்பு. ருக்குவின் கண்ணையும் கட்டித்தான் விட்டது. தெருவில் மானமாக, மரியாதையாக நிற்கக்கூடக் கற்றுக்கொடுக்காத படிப்பு. ருக்குவை விழுங்கிவிட்ட படிப்பு.

மாணவர்களின் பிதற்றல் தாங்க முடியாமல் முகத்தைச் சிணுங்கி ஒதுங்கி நின்றேன். படபடவென்று வந்தது.

பஸ்ஸில் போகும்போது நெஞ்சு பறந்தது. பெற்றவர்களுக்கு எவ்வளவு அநீதி! உலகத்தைக் கண்டு எவ்வளவு அலட்சியம்! ருக்குவுக்கு இந்தப் படிப்பு அவசியந்தானா? இவள் எம்.ஏ. படிக்க வேண்டும், டாக்டராக வேண்டும் என்று யார் அழுதார்கள்? உலகம் முழுகியா போய்விடும்.

திரும்பி வரும்போது ருக்கு வீட்டைப் பார்த்துக்கொண்டு போனேன். எப்பொழுதும்போல் வாசற்படிக்கு நேராகச் சாய்வு நாற்காலியில் சாய்ந்திருந்தார் அவர். எனக்குக் கோபந்தான் வந்தது. பயப்படுகிறவனாம்! உண்மையாகப் பயப்படுகிறவன் இப்படியா நிச்சிந்தையாகக் காலை நீட்டிச் சாய்ந்திருப்பான்? இப்படி ஒரு நம்பிக்கையா? பேடி முண்டம்! நீ பாட்டுக்கு சாய்ந்தே இரு. டபார் என்று உனக்கே தெரியாமல் பின்பக்கமாக உன்னைக் குடைசாய்க்கப் போகிறது ஒரு கை; அன்று ரத்தம் பீறக் கிள்ளின கைதான்.

வீட்டுக்குள் வந்து முகத்தை அலம்பும்போது ராஜம் சொன்னாள்:

"ருக்கு வந்திருந்தா."

"எப்ப?"

"இப்பத்தான்; அஞ்சு நிமிஷமாச்சு."

"என்ன விசேஷமாம்?"

"சும்மாத்தான் பார்த்துட்டுப் போகலாம்னு வந்தேன்னாள். முடிஞ்சா வரச்சொன்னாள். அவசரமாக ஒண்ணும் இல்லை. அவர் வராட்டா, காலமே வறேன்னாள்."

என்னடா இது!

"ஒண்ணுமே சொல்லலையா?"

"இல்லையே!"

சாப்பாட்டில்கூட எனக்கு மனம் செல்லவில்லை. அள்ளிப் போட்டுக்கொண்டு போனேன்.

"என்ன சார்?"

"வாங்கோ, வாங்கோ, ருக்கு! ருக்கூ!"

"ஏம்பா?"

"சாப்பிடறயா?"

"ஆமாம்."

"ஸார் வந்திருக்கார்."

"ஸப் எடிட்டர் ஸாரா?"

"ஆமாம்."

"இதோ வந்துட்டேன், ஸப் எடிட்டர் ஸார்!"

"என்ன?"

"கொஞ்சம் உக்காந்திருக்கணும். மோருஞ்சாதந்தான் இன்னும் ரெண்டு பிடிதான் பாக்கி. ஒரு பிடி. அதுவும் ஆயிட்டுது. எழுந்திண்டாச்சு. கையலம்பியாச்சு. கையைத் துடைச்சுண்டுமாச்சு."

தாசில்தார் மலர்ந்துபோய் அவளைப் பார்த்துக் கொண்டிருந்தார்.

"சாப்பிட்டாச்சா ஸார்?"

"ஆச்சு."

"சாப்பிட்டாக் கோபம் தணிஞ்சுடுமோன்னோ?"

"என்ன இது?"

"தெரியும் ஸார்"

"என்ன தெரியும்?"

"பாண்டி பஸார்லே இறங்கிப் போனேன். உங்க மூஞ்சி நன்னாயில்லை. வதங்கிப் போய், சுருங்கிப் போய், சூடு போட்ட கன்னுக்குட்டி மாதிரி இருந்தது."

"நீ மாம்பலம் போயிருந்தியா?"

"உங்களுக்குத் தெரியாதா? நீங்கதான் பார்த்தேளே?"

"எதை?"

"நான் காரில் போனதை."

"எப்ப? ஓ!... சாயங்காலமா? ஆமாம், பார்த்தேன்."

"சரி சரி, மாம்பலந்தான் போறேன்னு எப்படித் தெரியும் உங்களுக்கு? தெரிஞ்சிருக்காதுதான்."

"காரில் உன்னைப் பார்த்தேன். எங்கே போறேன்னு தெரியாதுதான்."

"நானும் ரானடே ஹால் போகிறவரையில் உங்களைப் பின் ஜன்னல் வழியாப் பார்த்துண்டுதான் போனேன். நீங்க பட்ட ஆத்திரம், எரிச்சல், தாபம், வேதனை எல்லம் தெரிஞ்சுது. ரானடே ஹால் தாண்டினப்புறம் உங்க மூஞ்சியும் மறைஞ்சு போயிட்டுது."

"நீ பாட்டுக்கு என்னமோ சொல்லிண்டு போறியே: ஆத்திரம், கோபம், வேதனை."

"எரிச்சல் – இதெல்லாம் வரலியா உங்களுக்கு? இந்த மாப்பிள்ளைச் சமர்த்தெல்லாம் பண்ணாமல், ஸப் எடிட்டர் செய்தியை உள்ளது உள்ளபடியே கொடுப்பார்னு நெனச்சேன்!"

எனக்குச் சிரிப்பு வந்துவிட்டது.

"சப் எடிட்டர் ஏதாவது கோணாமாணான்னு நெனச்சுக்கப் போறாரேன்னுதான் உங்களைத் தேடிண்டு வந்தேன். நீங்க இன்னும் வரலைன்னு சொன்னாள் மாமி."

"சொன்னா, சொன்னா. அதுதான் உடனே கிளம்பி வந்தேன்."

தி. ஜானகிராமன்

“அதுதான் சாப்பிட்டாச்சா கோபம் தணிஞ்சுதான்னு கேட்டேன்.”

“சுத்திச் சுத்தி ... நீ வந்து ...”

“என்ன ருக்கு இது. தேஞ்சுபோன கிராமபோன் தட்டு மாதிரி?” என்று தாசில்தார் சிரித்துக்கொண்டே குறுக்கிட்டார்.

“சரிப்பா. இதோ சொல்லிப்பிடறேன் ஸார். மாம்பலம் போறத்துக்காக ஸம்ஸ்கிருத காலேஜ் பஸ் ஸ்டாப்பில் நின்னுண்டிருந்தேன். உங்க மாதிரி காசிலே குறியாயிருந்த லஸ்ஸிலே போய் ஏறி அரையணா மிச்சம் பிடிச்சிருக்கலாம்.”

“அடாடாடாடாடா!”

“சித்தே இருங்கோப்பா. உங்களுக்கென்ன அலுப்புப் பிடுங்கறது? நியூஸ் பேப்பர்காரர்களுக்கு அப்படித்தான் விடாமல் சொல்லணும். மந்திரி பேசினா அப்படியே போட்டுடுவா. தலைமை வகிச்சவா, அப்புறம் பேசினவா பேரு எல்லாத்தையும் ‘பீக் அவர்’ பஸ்ஸிலே அடைக்கிற மாதிரி நசுக்கி, பின்னர் அவர், இவர், அவர் முதலியார்கள் பேசினார்கள்’னு எல்லாரையும் முதலியாரா ‘கன்வர்ட்’ பண்ணிப் போடுவா. அது போகிறது. உங்கள் இஷ்டம் அது. பஸ் ஸ்டாப்பில் நின்னுண்டிருந்தேனா? மூணு நிமிஷம் நின்னேன். விசுக்குனு ஒரு சின்னக் கார், புதுக்கார் வந்து நின்னுது.

“‘பாப்பா, வறியா?’ன்னு கொஞ்சிக் கொஞ்சிக் கேட்டான். ஒரு தடியன். பி.ஏ. வாசிக்கிறான். ‘எங்கே?’ன்னு கேட்டேன். ‘நான் மாம்பலம் போறேன். நீ எங்கே போகணும்னாலும் கொண்டு விட்டிடறேன்’னான். ‘நானும் மாம்பலந்தான் போறேன்’னு சொன்னேன். முன் ஸீட்டுக் கதவைத் திறந்தான். டக்குனு பின் ஸீட்டுக் கதவைத் திறந்துண்டு பின்னால் ஏறி உட்கார்ந்துண்டேன். முன்னால் வந்து உட்காருன்னும் சொல்ல முடியலை; பின்னாலே உட்கார வேண்டாம், இறங்குன்னும் சொல்ல முடியலை. அசடு வழிஞ்சுது. காரை விட்டுண்டே போனான். ‘மாம்பலத்திலேதான் இருக்கீங்கலா?’ன்னு கேட்டான். ‘இல்லை, மயிலாப்பூர்லேதான்’னேன். அட்ரஸ் கேட்டான். ‘கார் நல்லாருக்குதே, புச்சா வாங்கினீங்கலா?’ன்னு கேட்டேன். அவ்வளவுதான். குஷி தாங்கலை அதுக்கு பிரமாதமா, கனவேகமா விட்டுது காரை.

லஸ்ஸிலே உங்களைப் பார்த்தேன். கார் பறந்தது. ரொம்ப வேகமாப் போறீங்களேன்னேன். ‘இதா வேகம்?’னு

இன்னும் பறக்க ஆரம்பிச்சுட்டுது; போகிற பஸ்ஸு, காரு எல்லாத்தையும் மாறிண்டு, கண்மூடிக் கண் திறக்கிற நேரத்திலே மாம்பலம் போயிட்டுது. பவர் ஹவுஸ் வந்ததும், 'இங்கே தாங்க இறங்கணும்'னேன். வீடு சொல்லுங்களேன். கொண்டே விட்டிடறேன்'னுது. 'இல்லே, இங்கேதான்'னேன். 'ஆல் ரைட்'டுனு கதவைத் திறந்தது. தாங்ஸ்ன்னு இறங்கினேன். மயிலாப்பூர்லே எங்கே இருக்குறீங்க?' 'அஞ்சு மூணு, ரங்கப்ப முதலியார் தெரு'ன்னேன். அந்த மாதிரி தெரு இருக்கோ என்னமோ மயிலாப்பூர்லே. எங்கேயாவது போய்த் தேடி முட்டிக்கட்டுமே. மூஞ்சியிலே கரியைத் தீத்திண்டு வரட்டுமே. ரைட்டோன்னு கையை ஒரு தூக்குத் தூக்கி இளிச்சிப்பிட்டுப் போயிட்டுது. எனக்கும் ரெண்டணா மிச்சம். அத்தங்காவைப் போய்ப் பார்த்துட்டு உடனே திரும்பிப்பிட்டேன். இதைச் சொல்லணும்னுதான் ஸப் எடிட்டரைத் தேடிண்டு வந்தேன். கோபம் தணிஞ்சு போயிடுத்தா?" என்று சிரித்தாள் ருக்கு.

"எனக்கு என்ன கோபம்?"

"சும்மா இருங்கோ, ஸார்; தெரியும்."

"ஸாருக்குக் கோபம் வந்தாலும் வராவிட்டாலும் எனக்குக் கோபந்தான். அவன் கூப்பிட்டா, 'நான் வரலை ஸார், தாங்க்யூ!'ன்னு ஒரு வார்த்தை சொல்லிப்பிட்டுப் பேசாம இருக்க வேண்டியதுதானே நீ? அந்தக் கழுதைக்கு இடங் கொடுத்தாப்போலத்தானே ஆச்சு இப்ப?" என்று தகப்பனார் கடிந்துகொண்டார்.

"அது விஷமமாகக் கேட்டுது. நானும் விஷமமா ஏறிண்டேன். அதுவும் கழுதை வாலிலே தகரத்தைக் கட்டினாப்போல, தலைகால் தெரியாமெ பறந்தது. எனக்கு எப்படியானா என்ன. ரெண்டணா மிச்சம்."

"என்னமோ, எனக்குப் பிடிக்கலை. நாளைக்கு ஏதாவது தகராறு வந்துதுன்னா?"

"நான் பாத்துக்கறேன். நீங்கதான் கழுதைன்னு சொல்லிப் பிட்டேளே அதை. கழுதைக்குத்தான் புத்தி கிடையாதே. இடக்குத்தான் பண்ணும்; உதைபடும்; நாளைக்கு ரங்கப்ப முதலியார் தெருவைத் தேடிண்டு உலகம் முழுக்கச் சுத்தும். எங்கியாவது ஐம்பத்து மூணுலே போய் விசாரிக்கும்; ஏதாவது சொன்னா வாங்கிக் கட்டிக்கும். இடக்குப் பண்ணித்துன்னா, அப்பப் பாத்துக்கறது. காசு கழுதைக் கொம்பாய் இருக்கிற காலத்திலே நான் ரெண்டணா மீத்தேனே, அதுக்கு ஒரு 'ரைட்டோ'

கூடச் சொல்ல மாட்டேங்கறா ஸார், அப்பா" என்று ருக்கு குழந்தை மாதிரி உதட்டைப் பிதுக்கிக் கோபித்துக்கொண்டாள்.

"இதப் பாருங்க ஸார்" என்று குலுங்கக் குலுங்கச் சிரித்தார் தாசில்தார். ருக்கு பேசுவதைக் கேட்டால் ஏன் சிரிப்பு வராது?

எனக்கும் அவமானமாகத்தான் இருந்தது. எவ்வளவு கோபப்பட்டோம்! எப்படி அமைதி அவ்வளவு விரைவில் நம்மைக் கைவிட்டது? ருக்குதான் எப்படி நம் பலஹீனங்களைப் புரிந்துகொண்டிருக்கிறாள்! இவள் செய்கிற ஒவ்வொரு காரியத்துக்கும் ஓர் அர்த்தம் இருக்கும், ஒரு யோசனை இருக்கும் என்று ஏன் நமக்குப் படாமல் போய்விட்டது.

வீட்டுக்கு வரும்போது அப்பாடா என்று இருந்தது. மனத்தைப் பிடித்த கிரகணம் விட்டதுபோல ஒரு விடுதலை. நல்ல மழை ஒன்று பெய்து மனத்து அழுக்குகளையும் ஐயங்களையும் அடித்துக்கொண்டு போய்விட்டது.

ருக்குவுக்கு எதையும் சமாளிக்க முடியும். புருஷ ஜாதியைக் கழுதை மாதிரி வாலில் தகரத்தைக் கட்டி வேடிக்கை பார்க்க முடியும் அவளுக்கு. எலி மாதிரி பதுங்கிப் பதுங்கி ஓடச் செய்ய முடியும். குரங்கை ஆட்டுகிற மாதிரி ஆட்ட முடியும். முரட்டுச் சுபாவந்தான். ஆனால் பேச ஆரம்பித்தால், எதிர்பாராதபடியெல்லாம் சுருக் சுருக்கென்று தைக்கிறாள்; முட்டாளாக அடிக்கிறாள்.

அவளைப் பார்த்தாலே ஒரு நம்பிக்கை பிறக்கிறது. நினைத்தால் கூட நெஞ்சு குளிர்கிறது. அழகையும் அலட்சியத்தையும் தைரியத்தையும் சேர்ந்து பார்த்தால் இந்தப் பட்டணத்தில் எவ்வளவு தெம்பாக இருக்கிறது.

அன்றிரவு பார்த்துவிட்டு வந்ததுதான்; ஒரு மாதமாகப் பார்க்கவில்லை. இரண்டு மூன்று முறை வீட்டுக்குப் போனேன், அவள் இல்லை. காலையிலும் கூட்டத்திற்குப் பயந்துகொண்டு, சீக்கிரமாகப் போய்விடுகிறாளாம். இதோ பார்த்துக்கொண்டு நிற்கிறது ஒரு கூட்டம். சின்னச் சின்னக் கும்பலாக நின்று பேசிக்கொண்டிருக்கிறார்கள். பஸ் வந்தால் தெரியும். தீவட்டிக் குரங்குக்குப் பட்டாணி போட்டாற்போல ஒரு பாய்ச்சலாக விழுந்து சட்டை கிழிய, மூக்குக்கண்ணாடி பறக்க, முழங்கை ஒடிய, கால் நசுங்க ஏறப்போகிறது.

"ஸார்!"

"அட, நீயா? ஏன் பஸ்ஸிலே போகலையா?"

ரிக்ஷாவில் உட்கார்ந்திருந்தாள் ருக்கு. சற்றுக் கூடவே போய் நின்றேன்.

"இந்த நெருக்கடியில் எப்படி ஸார் போறது?"

"ஆமாமாம். எனக்கே என்ன செய்யப்போறோம்னு தெரியலை. கூட்டம் யுத்தத்துக்கு நிக்கறாப்பலே நிக்கிறது. உனக்குக் கூடவா முடியலை?"

ருக்கு சிரித்தாள்.

"நீங்க கேப்பேள்ன்னு தெரியும். ரிக்ஷாவைப் பார்த்தேளா?"

"ஏ ஒன்னாயிருக்கு."

"சொந்த ரிக்ஷா."

"சொந்த ரிக்ஷாவா! எப்ப வாங்கியது?"

"நேத்திக்கு. இனிமே இதிலேதான் காலேஜுக்குப் போப்போறேன்."

"ஏன்?"

"தாக்குப்பிடிக்க முடியலை."

"என்னது! உனக்கா?"

"எனக்கா? நான் ஒண்டிக்காரி. என்ன பண்றது? எல்லாரும் ருக்குவா இருந்தான்னா சரியாயிருக்கும்?

"அன்னிக்கு பூட்ஸ் காலை வச்சு நன்னா மிதிச்சுப்பிட்டான் ஒருத்தன். விரல் காயம் இன்னும் ஆறல்லே."

"அடேடே! துணியா சுத்தியிருக்கே?"

"பிளாஸ்டர் போட்டிருக்கேன்."

"எனக்கு ஆச்சரியமாயிருக்கு. ஏமாத்தமாக்கூட இருக்கு."

"பின்னே என்ன ஸார்? உங்களுக்கெல்லாம் காளை மாடு மாதிரி பலம் இருக்கு. அந்த மாதிரி பலம் ஒவ்வொரு பொம்மனாட்டிக்கும் வர வரையில் சிரமந்தான்."

"இப்ப இருக்கிறது போராதுன்னா?"

"போரும் ஸார், ஒத்துக்கறேன். ஒண்டிக்கு இருந்தால் சரியாப்போயிடுமா? பாருங்களேன். ஒரு மீட்டிங்கிலே பேசினேன், வரத்துக்கு முன்னாடி. காணாததைக் கண்டுபிட்டாப்பலே எல்லாப் பசங்களும் கையைத் தட்டி, மேஜையை உடைச்சு, காதைத் துளைச்சுது. நிம்மதியா நாலு நிமிஷம் பேச விடலே. நினைக்கிறதையெல்லாம் கோவையா வரிசைப்படுத்திக்கக்கூட முடியல்லே. டான்ஸ் வேறே கத்துக்கறேனா? நரி கள்ளைக் குடிச்சாப்போல ஆயிடறது. இப்படிப் போனா வம்பு இல்லாமெ யாவது இருக்கும், காலும் நசுங்காம இருக்கும். நாளைக்கு மாமியைக் கூட்டிண்டு பீச்சுக்குப் போப் போறேன்."

"துணைக்கா?"

"பேச்சுத் துணைக்குத்தான்" என்று சிரித்தாள்.

"வரட்டுமா? நகத்தைக்கூட ஒட்ட நறுக்கிப்பிட்டேன் ஸார், பார்த்தேளா?" என்று கையைக் காட்டினாள்.

ரிக்ஷா நகர்ந்தது. பிரமிப்புத் தெளியாமல் அந்தச் சிவப்பு ரிக்ஷாவைப் பார்த்துக்கொண்டே நின்றேன். அந்தப் பெரிய சிவப்பில் டிராமில் விழுந்த ரத்தத் துளி மறைவதுபோல் இருந்தது.

கலைமகள், அக்டோபர் 1954

கடன் தீர்ந்தது!

"மாமா, நீங்களே இப்படி ஏமாந்து போவதுன்னா என்னாலே நம்பவே முடியலியே! மூணு வருசமாச்சுங்கிறீங்க. ஒரு நாளாவது என்கிட்ட ஒரு வார்த்தை சொல்லணும்னு தோணலியா?"

"அங்கேதானே பய ஜாக்கிரதை பண்ணிக் கிட்டான்? 'ரத்னதேசிகர் கிட்ட வாய் விட்டுடாதீங்க. விட்டீங்களோ. போச்சு! மோசம்'னு தேள் கொட்றாப்போலக் கொட்டிக்கிட்டேயிருந்தான். நானும் அதைப் புடிச்சுக்கிட்டேன்."

"நானும் நெனச்சு நெனச்சுப் பார்க்கறேன், மாமா ஆற மாட்டேங்குது. நீங்கதான் இல்லேன்னா, அண்ணி சொல்லக்கூடாதா? இல்லே, உங்க தம்பியாவது சொல்லக்கூடாதா? எங்கிட்ட இல்லாத நம்பிக்கை அந்தக் காலி மேலே விழுந்திடிச்சே உங்களுக்கெல்லாம்! இந்த வட்டாரத்திலே குழி நாலரை ரூபாய்னு சொன்னா எந்தப் பித்துக்குளியாவது நம்புவானா? இந்த ஊரிலே பிறந்த குழந்தை நம்புமா! அகவிலை முக்கால் ஒரு ரூபாய்னு வித்தபோதே குழி அஞ்சு ரூபாய்க்குக் குறைஞ்சு வித்ததுண்டா? ஓசைப்படாம இருபத்தி நாலாயிர ருபாயைத் தூக்கிக் கொடுத்திட்டீங்களே. என்னடா, முன்னெப்பின்னே தெரியாதவன் ஒருத்தன் சொல்றானே, யாரையாவது கலந்துக்கிட்டுக் கொடுப்போம்னு யோசிக்கறதில்லே? இதென்ன பச்சைப் புள்ளை ஏமாறுறாப் போலல்ல இருக்கு?

அண்ணி! எங்கிட்ட உங்களுக்கும் ஒரு வார்த்தை சொல்லணும்னு தோணலியா!" என்று ஆற்ற மாட்டாமல் குமுறிக்கொண்டு, தூணில் சாய்ந்துகொண்டிருந்த மீனாட்சி அக்காளைப் பார்த்தார் ரத்ன தேசிகர்.

"நீ போட்டிக்கு வந்திட்டா, குழி நாலரை ரூபாய்க்கு வாங்க முடியுமா? அதான் சொல்லலே. 'ஆத்தா புடவை கொடுத்தா, அப்பன் குதிரை கொடுத்தான்னு சொல்லு'ங்கற சேதியா நானும் இந்த மூக்குத் திருகு, இந்த சேப்பு ஓலை, இதைத் தவிர மீதியெல்லாம் கழட்டிக் கொடுத்திட்டேன்" என்று சொல்லிக்கொண்டே தொண்டையை அடைத்துக்கொண்டு வந்த அழுகையை அடக்க முடியாமல் உள்ளே போய்விட்டாள் அண்ணி.

ரத்ன தேசிகர் கல்லாய்ச் சமைந்துபோய்விட்டார். கட்டிலில் படுத்துக்கொண்டிருந்த சுந்தர தேசிகர் கண்ணிலிருந்து கரகரவென்று நீர் பெருகிற்று.

"ரத்னம், நிலத்தை வித்தேன், பாங்குப் பணத்தையும் எடுத்தேன். அதோடு நிற்கலை. அவ நகை ஜாடா எடுத்து அவன் கையிலே கொடுத்திட்டேன். நாலாயிர ரூபாய்க்கு அவ மேலே நகையிருந்தது. சும்மா ஆத்திலே போடுறாப்போல எல்லாத்தையும் பிடுங்கிப் போட்டிட்டேன். இன்னிக்குத்தான் அவ இரண்டாவது மனுசன் காதிலே இந்தச் சேதியைப் போட்டிருக்குறா. அவளும் யார்கிட்டவாவது சொல்லித் தீர்த்துத்தானே ஆகணும்? இப்பச் சொன்னதைத் தவிர வேறு ஒரு பிராணிகிட்ட அவ சொன்னதில்லை. அவளுக்கே தாங்க மாட்டாமெ சொல்லிப்பிட்டா. என்னாலே எத்தனை பேர் மனசு கசந்திருக்கு, பாரு. என் சம்சாரம் போயிட்டுப் போறான்னு வச்சுக்குவம். என் தம்பி, அவன் சம்சாரம், அவன் பிள்ளை குட்டிங்க—ஒருத்தரைக் கலக்காமெ, குடும்பத்துக்குப் பெரியவன்னு ஒரு நிலையை எவ்வளவு தூரம் உபயோகப்படுத்திக்கணுமோ அவ்வளவும் செஞ்சு எல்லாத்தையும் அழிச்சுப்பிட்டேன். ஆனா இந்தக் குடும்பத்திலே ஒருத்தராவது, 'இப்படிச் செஞ் சிப்பிட்டியே!'ன்னு என்னை இன்னும் ஒரு வார்த்தைக் கேட்டதில்லை. அதுவரைக்கும் நான் கொடுத்து வச்சவன்தான்! ஆனா நாளைக்கு நான் தெய்வத்துக்குப் பதில் சொல்லித்தானே ஆகணும்? நானும் நெனச்சு நெனச்சுப் பார்க்கறேன்; இவ்வளவு முட்டாளா இருக்க முடியுமா ஒரு மனுஷன்னு! எனக்கு எப்படிக் கல்லுக் கல்லா ரூபாயைத் தூக்கிக் கொடுத்தேன்னு புரியவே இல்லை. சொக்குப் பொடி போட்டு மயக்கிப்பிட்டானா? அல்லது வேலைக்காரன்தான் நம்ம புத்தியைக் கெடுத்துச்

சந்தியிலே இழுத்துக்கிட்டுப் போயிட்டானா? ஒண்ணுமே புரியலை" என்று பிரமித்துப் போய்ச் சாய்ந்துவிட்டார் சுந்தர தேசிகர்.

ரத்ன தேசிகர் கீழே கிடந்த கடுதாசிக் கட்டிலிருந்து ஒவ்வொரு கடுதாசாக எடுத்து வாசித்துப் பார்த்தார். ஒன்றிலாவது ராமதாஸ் நாயுடுவின் பெயரைக் காணவில்லை. 'பணம் வந்தது. வந்தனம். சீக்கிரம் சாஸனம் எழுதி முடிக்க ஏற்பாடு செய்துவிடுவோம்!' பணம் பெற்றுக்கொண்டேன். இன்னும் ஒரு வாரம் அல்லது இரண்டு வாரத்தில் சாஸனத்தை எழுதி, ரிஜிஸ்டர் செய்துவிடலாம்!' என்று மொட்டையாகத் தொகையைக்கூடக் குறிப்பிடாமல், கடைசியில், 'இப்படிக்கு, கந்தசாமி' என்று கடிதங்கள் முடிந்திருந்தன. ஒவ்வொரு 'கடுதாசியிலும் மேலே 'மயிலாப்பூர்' என்று கண்டிருந்தது. விலாசம் இல்லை. இந்தக் கந்தசாமி யார்? கந்தசாமி என்று யாராவது ஓர் ஆள் உண்மையாகவே இருக்கிறானா என்று ரத்ன தேசிகருக்குச் சந்தேகம் எழுந்தது. இந்தக் கந்தசாமி யார் என்பது கடவுளுக்குத்தான் தெரியும். அவருக்கே தெரியாமலும் இருக்கலாம். அந்த மாதிரி ஓர் ஆசாமியையே அவர் படைக்காமல் இருந்திருந்தால்? ஆகவே ராமதாஸ் நாய்டுவைக் கேட்டால்தான் தெரியும். ராமதாஸ் கம்பி நீட்டிவிட்டான். இரண்டு மாதமாகத் தலைமறைவாகச் சுற்றிக்கொண்டிருக்கிறான். அவன் பெண்டாட்டியைக் கேட்டால், 'எனக்குத் தெரியாது' என்ற பதிலைத் தவிர வேறே ஒன்றும் கிடைக்கவில்லை.

கீழே கிடந்த முப்பது முப்பத்திரண்டு கடிதங்களையும் மாறி மாறிப் பார்த்துக்கொண்டிருந்தார் ரத்ன தேசிகர். இருபத்துநாலாயிரம் வாங்கிக்கொண்ட சுவடே அதில் காணவில்லை. மொத்தமாகப் பணம் பணம் என்றுதான் கண்டிருந்தது. தப்பித் தவறியாவது, 'ராமதாஸ் நாயுடு மூலம் பெற்றுக்கொண்டேன்' என்று ஒரு கடிதத்திலாவது கண்டிருக்கக் கூடாதா? தரித்திரம் பிடித்த சட்டத்திற்குச் சாட்சி வேண்டுமே! சாட்சியை வைத்துக்கொண்டுதான் கொலை செய்ய வேண்டுமென்று சொல்லுகிற சட்டத்திற்கு எப்படி பதில் சொல்வது? ரத்ன தேசிகர் திகைத்தார், எவ்வளவு அழகாக ஏமாற்றியிருக்கிறான் என்று.

நான் தவறாமல் வீட்டு வாசலில் பாராக் கொடுத்துக் கொண்டிருந்த ராமதாஸ் இரண்டு மாதமாக மறைந்துவிட்டான். அதிலேயே ஏக்கம் பிடித்துவிட்டது சுந்தர தேசிகருக்கு. 'பணம் போய்விட்டது, சர்வமும் தொலைந்துவிட்டது' என்ற அதிர்ச்சியில் அவர் விழுந்துவிட்டார்; படுத்துக் கிடக்கிறார். திரும்பி வராது

என்று வேறு சொல்லிவிட்டால் ஆள் பிழைப்பது துர்லபம். ரத்ன தேசிகருக்கு இன்னது செய்வது என்று தெரியவில்லை.

வெகு நாழிகை இருவரும் ஒன்றும் பேசவில்லை. கடைசியில், "மாமா, போலீஸிலே எழுதி வச்சு, ஆள்மேலே வாரண்டுக் கிளப்பித்தான் ஆகணும். நீங்க கவலைப்படாமெ இருங்க. நான் பார்த்துக்கிறேன். கொஞ்சம் முன்னாடி சொல்லியிருந்தா இவ்வளவுக்கு வந்திராது. போவுது; நடந்து போன சமாச்சாரத்தைப் பத்திப் பேசுறதிலே புண்ணியமில்லை. அதைரியப்படாமெ இருங்க."

"அதைரியம் என்னப்பா? எனக்கு ஒண்ணும் ஆசையில்லை, சொத்தைக் காப்பாத்திக்க வேணும்ணு. என் சொத்தினாலே இன்னொரு ஜீவன் திருப்தியடைஞ்சு, சந்தோஷமடைஞ்சா அதுவே எனக்குத் திருப்தி. ஆனா இது முழுக்கவா என் சொத்து? தம்பி இருக்கிறான். அவன் பெரிய சம்சாரி. என் வார்த்தைக்கு ரெண்டு சொல்லமாட்டான். அவனை நினைச்சாத்தான் எனக்கு ஆறவே மாட்டேங்குது!"

"சும்மா அதை நினைச்சுக்கிட்டு நொந்துக்காதீங்க. நம்ம கையிலே என்ன இருக்கு? ..."

"சரி அப்பா, எல்லாத்துக்கும் வலது கை மாதிரி இருந்து வரே நீ. உன்னை நம்பாமெ போனத்துக்கு ஆண்டவன் என்னைச் சரியானபடி தண்டிச்சுப்பிட்டான். உங்கிட்டப் பேசுறத்துக்கே கூசுது எனக்கு."

"அப்படி எல்லாம் சொல்லாதீங்க, மாமா! என்னமோ காலக்கோளாறு. நம்ம செயலிலே என்ன இருக்கு? அப்ப வரட்டா?"

"சரி."

சுந்தர தேசிகர் சூன்யத்தைப் பார்த்துக்கொண்டு உட்கார்ந்திருந்தார். அந்தி மயங்குகிற வேளை, தொலைவிலிருந்து மாதாகோயில் மணியின் ஓசை, கம்பீரமாக மிதந்து வந்துகொண்டிருந்தது. முற்றத்துக்குமேலே ஒரே ஒரு நக்ஷத்திரம் முளைத்துப் பளிச்சிட்டுக் கொண்டிருந்தது. அவருடைய படிப்பு, விவேகம், அறிவு ஒன்றும் சொந்த விஷயத்தில் உபயோகமில்லாமல் போய்விட்டது அவருக்கு வியப்பை அளித்தது.

வயது அறுபது ஆகிறது; சைவ சித்தாந்தத்தில் கரைகண்டவர். தேவாரம் பாட ஆரம்பித்தால் மூன்று ஸ்தாயி பேசும் அந்தச்

சாரீரம். பிசிறில்லாமல் தம்புராவுக்கு ஜீவா பிடித்தாற்போலப் பேசி நாதமாகப் பொழியும். ஊரில் அண்ணன் தம்பிச் சண்டைகள், புருஷன் பெண்டாட்டித் தகராறுகள், சொத்துப் பிரிவினைகள், நல்ல நாள் பார்த்தல் எல்லாம் அவருடைய யோசனையை நாடி வந்தவண்ணமாக இருக்கும். தர்மத்திலிருந்து இழை தவறாதவர் என்ற கௌரவ புத்தியால், ஊருக்குப் பெரியவர் என்ற ஸ்தானத்தைக் கொடுத்து, அவரைப் போற்றி வந்தார்கள். கொஞ்சம் சொத்து சுதந்திரம் இருந்தது அவருக்கு. ஏமாற்றுவதற்கு இவரைத்தானா பார்த்தான் ராமதாஸ் நாயுடு!

ராமதாஸுக்கும் அவருக்கும் நெருக்கமான சிநேகம் இருந்ததே இல்லை. அப்பாமங்கலத்திலுள்ள அந்த ஐயாயிரம் ஆறாயிரம் பேரையும் அவருக்குத் தெரியும். ஊருக்குப் பெரியவர் என்று எல்லோரும் அவருக்குக் கும்பிடு போடுவது வழக்கம். அந்த மாதிரி ஆட்களில் ஒருவன்தான் ராமதாஸ்.

என்னவோ திடீரென்று ஒரு நாளைக்கு அவன் அவரைத் தொத்திக்கொண்டுவிட்டான்.

ஒரு நாள் இதேமாதிரி அந்தி மயங்குகிற வேளை. வாசல் திண்ணையில் உட்கார்ந்து ஒரு கிராம்பைச் சுவைத்துக்கொண்டு ஏதோ ராகத்தை தொண்டைக்குள் மனனம் செய்துகொண்டிருந்தார் அவர். ராமதாஸ் வாசலில் போய்க்கொண்டிருந்தான். வெகு நாளாக அவனைப் பார்க்கவில்லை அவர்.

"என்ன ஐயா, ராமதாஸு சௌக்கியமா? என்ன, கண்ணிலியே காணோம்?" என்று சொல்லி அவனைக் கூப்பிட்டார்.

"காணாமெ என்னங்க?" என்று செருப்பை வாசலிலேயே கழற்றிவிட்டு வந்து உட்கார்ந்தான்.

"சௌக்கியந்தானே?"

"சௌக்கியந்தானுங்க."

"சவுக்க மரம் எப்படி விக்குது இப்ப?"

"சவுக்க மரமா? நான் கடையை எடுத்து ஒரு வருஷம் ஆகப்போவுதே!"

"கடையை எடுத்துப்பிட்டீரா? எனக்குத் தெரியவே தெரியாதே! ஏனையா!"

"ஒண்ணும் புண்ணியமில்லிங்க. பாடு ஜாஸ்தி, பலன் குறைச்சல்."

"உம்மாலே சும்மா இருக்க முடியாதேய்யா! கடையை எடுத்திட்டு என்ன பண்ணுறீர்?"

"ஏதோ கமிஷன் வியாபாரம் மாதிரி செய்துட்டிருக்குறேன். நிலம் கிலம் முடிச்சுக் கொடுக்குறேன். ஏதாவது தரகு வருதுன்னா."

"பாடு குறைச்சல், பலன் ஜாஸ்தி."

"உம். அப்படி ஒண்ணும் கொந்தி எறிஞ்சிடலைங்க. ஏதோ வயித்துக்குப் போதும்."

"அட, வருஷத்துக்கு நாலு தரகு கிடைச்சாப் போதுமே ஐயா!"

"அது சரி."

"ஒரு மாசம் அலைஞ்சாலும் பதினோரு மாசம் சும்மா உட்கார்ந்திருக்கலாமே!"

"அது சரிங்க."

"நூறு இருநூறுன்னு வாங்குறீரா, ஆயிரம் இரண்டாயிரம்னா?"

"உம். ஆயிரத்துக்குப் போனா நான் ஏன் இப்படி இருக்கேன்? அந்த மாதிரி வாங்கினா நாலு வீடு வாங்கிப் போட்டுட மாட்டேனா! ஏதோ இப்ப ஒரு நல்ல 'சான்ஸ்' வருது. எந்த மகராஜன் கொடுத்து வச்சிருக்கானோ! அவன் வாங்கினா நமக்குப் பெரிசா எதையாவது கண்ணிலே காணலாம். அப்படிப் புதையல் மாதிரி ஒரு தசை வருது. யார் காத்திட்டிருக்கானோ?"

"நிலமா, வீடா?"

"நிலந்தானுங்க. கண்ணான நிலம். இரு போகம்; ஒரே தாக்காக ரெண்டரை வேலி. குருவை இருபது, தாளடி இருபது காணும். எந்தப் பஞ்சத்திலேயும் இரண்டு போகமும் சேர்ந்து முப்பத்தஞ்சுக்குக் குறையாது."

"ஸ்தலம் எங்கே இருக்கு?"

"இதோ இருக்குங்க, புங்கஞ்சேரியிலே."

"புங்கஞ்சேரியா? அப்பக் கேட்பானேன்? இருபதும் விளையும், முப்பதும் விளையும். என்ன விலை?"

"நாலரை ரூபாய்."

"ஆ!"

தேசிகருக்குத் தூக்கி வாரிப்போட்டது.

"என்ன ஐயா இது, புங்கஞ்சேரியிலா! நாலரை ரூபாயா!"

"உஸ், சத்தம் போடாதீங்க; காரியம் கெட்டுப்போயிடும்."

தேசிகர் குரலை தாழ்த்திக்கொண்டார்.

"என்ன ஐயா இது, புரளி பண்றீரு! அந்தத் திக்கிலே பதினஞ்சு ரூபாய்க்குக் குறைஞ்சு நிலம் ஏதுய்யா?"

"இங்கே வாசலிலே இருந்துக்கிட்டுப் பேசக்கூடாது. உள்ளே வந்தீங்கன்னாச் சொல்றேன்."

"சரி, உள்ள போவோம், வாரும்" எழுந்து உள்ளே போனார் தேசிகர். அப்பொழுது ராமதாஸின் மனச்சாட்சி எழுந்து, சற்றுப் படம் எடுத்து ஆடிற்று. அதை ஓங்கி அடித்துப் படுக்கப் போட்டு விட்டு, முழு மூச்சில் இந்த வேஷத்தைப் போட்டு, ஆடிவிடுவது என்று இறங்கிவிட்டான் அவன். தேசிகரைத் தொடர்ந்து உள்ளே போனான். ஒரு நாற்காலியைக் காட்டினார் அவர்.

"பரவாயில்லை" என்று கீழே உட்கார்ந்தான், ராமதாஸ்.

"ராமதாஸ், நீர் என்ன புதிர் போடுறீரா? புத்தி ஸ்வாதீன மில்லாமெ பேசுறீரா? ஒண்ணும் புரியவில்லையே எனக்கு."

"அதாங்க, இது நம்புறத்துக்கு லாயக்கில்லாத சேதிதான். ஆனாக் கொடுத்து வச்சவன் நம்புவான்."

"நிஜமாவா? நாலரை ரூபாயா!" என்று களங்கமற்ற வியப்புடன் கேட்டார் தேசிகர்.

"ஆமாம்; உடமைக்காரரு மதராஸிலே ஏதோ கம்பெனியிலே வேலையா இருக்காரு. குத்தகைக்காரன் தவிசல் பண்ணிக்கிட்டே யிருக்கான். அவரும் பட்டணத்திலேயே வீடு கீடு கட்டிக்கிட்டுத் தங்கிடலாம்னு நினைக்கிறாரு. கொஞ்சம் புது மோஸ்தரான ஆளுன்னு வச்சுக்குங்களேன். பரம்பரையா வந்த சொத்து. அவரு தகப்பனாரும் மதராஸிலேயே உத்யோகம் பாத்துச் செத்துப் போயிட்டாரு. பட்டணத்திலேயே பிறந்து வளந்திட்டாரு இவரு. ஊர் நிலைமை தெரியாதவரு. அநுபோக பாத்யம் கொண்டாடப் போறானேன்னு குத்தகையை மூணு நாலு கை மாத்தினாரு. நாலஞ்சு தடவை அதுக்காக இந்தப் பக்கம் காலடி எடுத்து வச்சிருக்காரு. அதைத் தவிர ஊர் நிலைமை ஒண்ணும் தெரியாதவரு. இப்பக்கூட நிலம் எங்கே இருக்குன்னு யாராவது காட்டினாத்தான் தெரியும். நம்பிக்கையா அவருக்கு ஒரு ஆளு, கண்டு முதலைப் பார்த்து நெல்லோ, நீரோ, காசோ அனுப்பறதுக்குக் கிடைக்க மாட்டேங்கறான். ஊரோடேயே ஒட்டாதவனுக்கு எங்கேயிருந்து இதுக்கெல்லாம்

ஆள் கிடைப்பானுங்க? அவருக்குப் பட்டணத்திலேயே இருக்கணும்னு ஆசை. வித்திடேறங்கிறாரு. இதான் கதை. போன வாரம் போயிருந்தேன். சொன்னாரு. விலை கேட்டதுக்கு நாலரை ரூபாய்னாரு. எனக்கே நம்ப முடியவில்லை. நிலவரம் தெரியாதவருன்னு பேச்சுக் கொடுத்ததிலே தெரியவந்தது. ஏதோ இருபது இருபத்தஞ்சாயிரம் முடை போல் இருக்கு. நறுக்குன்னு நாலரை ரூபான்னுட்டாரு போங்களேன். நானே இரண்டாம் பேர் அறியாமெ தளுக்கா அமுக்கிப்பிடலாம்னு பார்த்தேன். இருபதினாயிரத்துக்கு நான் எங்கே போவது? நம்மை நம்பி யாராவது இந்தத் தொகையைக் கொடுக்கப் போறானா? அதெல்லாம் நடக்கிற பேச்சில்லை. சரிதான், நம்ம தலையிலே எழுதினது ஏதோ ஆயிரம் இரண்டாயிரம் தரகுதான்னு முடிவு கட்டிப்பிட்டேன். நான் ஆசைப்படறது வேறே ஒண்ணுமில்லைங்க. அட, நமக்குத்தான் முடியலெ. நமக்கு வேணுங்கப்பட்டவுங்க யாருக்காவது முடிச்சு வைக்கலாமேன்னுதான். அதுக்குப் பாருங்க நமக்கு நம்பிக்கையா ஆள் இல்லை. நிர்வாணத் தேசத்திலே கோவணங் கட்டினவன் பைத்தியக்காரன்'னு சொல்றாப்போல, புங்கஞ்சேரியிலெ நாலரை ரூபாய்க்கு நிலமிருக்கின்னா யாராவது காது கொடுத்துக் கேக்கற சேதியா அது? இதுக்கு இடையிலே உள்ளூர்க் கழுகு ஒண்ணு அங்கே போய் வட்டம் போடுது."

"அது யாரு?"

"எல்லாம் உங்க ஆளுதான்; ரத்ன தேசிகரு. ஒரு வாரத்துக் குள்ளார இரண்டு தடவை பட்டணம் போயிட்டு வந்திட்டாரு. புங்கஞ்சேரிச் சாலையிலெ முந்தாநாப் பாத்தேன். 'எங்கே இப்படி'ன்னு கேட்டேன். 'சும்மாத்தான் காத்தாட வந்தேன்'னாரு. காத்து வாங்க நம்மூரிலியா இடமில்லே? எங்கிட்டக் காது குத்தினாரு. நானும் சரிதான்னு கேட்டுக்கிட்டு வந்திட்டேன்."

"ரத்னம் இறங்கிட்டானா? அப்பக் கட்டாயம் அவனுக்குத் தான் சேரப்போவுது அது."

"சேர்ந்திடுமா அது? அவரு ரத்னம், நான் ராமதாஸ்! நம்ப ரானாவுக்கு ஒரு கால் இருக்குங்க."

"சரிதான் ஐயா, நீர் எப்படி முந்திக்க முடியும்?"

"ஒரு மூவாயிரத்தை அட்வான்ஸ் கொடுத்து, ஆணி அறையறாப்போல அறைஞ்சுப்பிட்டா அப்புறம் ரத்னமாவது, வைடூரியமாவது?"

"உம்மாலே முடியுமா அது?"

"ரூபா இருந்தா முடியாமெ என்ன?"

"எத்தனை ரூபாய்!"

"மூவாயிரம் இருந்தாப் போதும்."

"சரி, கவலைப்படாதீர். நாளைக்குச் சாயங்காலம் நாலு மணிக்கு வாரும்."

"யாருக்கு?"

"இங்கே ஒருத்தருக்கு?"

"யாருக்கு? சொல்லுங்களேன்."

"அட, நமக்குத்தான்னு வச்சுக்குமேன்."

"அப்படியானா சரி. பாலிலே பழம் விழுந்தாப்போல ஆச்சு. நானும் அதுதான் எதிர்பார்த்தேன். ஆனால் விஷயத்தை வெளியிலே விட்டுடாதீங்க. ஜாக்கிரதை!"

"ஜாக்கிரதையா இல்லாமெ வேறே எப்படிய்யா இருக்க முடியும், இந்தச் சமாசாரத்துலே?"

"என்னமோ, என் பதட்டம், என் கவலை, சொல்லி வைக்கிறேன்."

"கவலைப்படாதீர். நாளைக்கு நாலு மணிக்கு வாரும்."

மறு நாளைக்குப் பாங்கியில் ஆபத்து சம்பத்திற்காக வைத்திருந்த இரண்டாயிரம் ரூபாயை எடுத்துவிட்டார் தேசிகர். இரும்புக்கடை வைத்தியநாத பிள்ளையிடம் நோட்டெழுதிக் கொடுத்து ஓராயிரத்தை வாங்கினார். எல்லாம் பகல் சாப்பாட்டிற்குள் முடிந்துவிட்டது. மாலை நாலு மணிக்கு ராமதாஸ் மூவாயிரத்தையும் வாங்கிக் கொண்டு போனான்.

"அநேக நமஸ்காரம்... பணம் வந்து சேர்ந்தது... சீக்கிரம் சாஸனம் செய்ய ஏற்பாடு செய்கிறேன். மற்றவை நேரில்.

ரா. கந்தசாமி"

அன்று சாயங்காலம் இருட்டுகிற சமயத்திற்கு ராமதாஸ் வந்தான். அவன் பெயருக்கும் ஒரு கடிதம் வந்திருந்தது. அதை எடுத்து அவரிடம் காட்டினான்.

மறுநாளைக்கு மறுநாள் மயிலாப்பூரிலிருந்து ஒரு கடிதம் வந்தது:

"... பணம் வந்தது. தேசிகருக்கும் இன்று கடிதம் எழுதியிருக்கிறேன். சீக்கிரமே சாஸனத்திற்கு ஏற்பாடு செய்வோம். தேசிகருக்கு நிலங்களைக் காண்பிக்கவும்.

ரா. கந்தசாமி"

"நிலத்தைப் பார்க்கிறது என்னையா? எல்லாம் நீர் சொன்னா சரி!" என்றார் தேசிகர்.

"அது முறையில்லீங்க. எல்லாத்துக்கும் ஒரு தடவை பார்த்துவிடறதுதான் நல்லது. பார்க்காமெ எந்தக் காரியமும் செய்யப்படாதுங்க. நாளைக்குத் திருப்தியில்லாமெப் போச்சுன்னா?"

"சரிய்யா. உம்ம இஷ்டத்தைத்தான் கெடுப்பானேன்? என்னிக்கிப் போகலாம்?"

"எப்ப வந்தாலும் நான் தயார்."

"வியாழக்கிழமை போவமா?"

"உம், ஆனா விடியற்காலமே அல்லது இருட்டுற நேரத்துக்குப் போனா நல்லது. கையெழுத்தாகி ரிஜிஸ்டர் ஆற வரைக்கும் மூட்டமா இருக்கிறதுதான் தேவலாம்."

"சரி, வியாழக்கிழமை விடிகாலம் வர்றேன்."

வியாழக்கிழமை இருள் பிரிவதற்கு முன்னேயே வண்டியைக் கட்டித் தாமே ஓட்டிக்கொண்டு சென்றார் தேசிகர். ஊர்க்கோடியில், சாலையில் நின்றுகொண்டிருந்த ராமதாஸ் வண்டியில் ஏறிச் சாரத்தியத்தைத் தான் ஏற்றுக்கொண்டான். நாற்பது வருஷ காலத்தில் அன்று தான் தேசிகருக்குப் பிராதஸ்நானம் தவறிவிட்டது.

புங்கஞ்சேரி நாலு மைலில் இருந்தது. விடிய விடிய வண்டி புங்கஞ்சேரி எல்லையை அடைந்தது. ஜிலுஜிலுவென்று காலைக்காற்று, குளிர்ந்து அடித்துக்கொண்டிருந்தது. வலியன் குருவி ஊருக்குமுன் எழுந்து ஊரை எழுப்பிக்கொண்டிருந்தது. காலையின் மௌனம், குளிர்ந்த காற்று, மனசில் இருந்த எழுச்சி, எல்லாம் தேசிகருக்குப் பிராத ஸ்நானம் தவறிப்போனதற்கு ஈடு கட்டிவிட்டன.

"அட, இதோ நிக்கிறாரே!" என்று வண்டியை நிறுத்தினான் ராமதாஸ்.

"யாரு?"

"நிலத்துக் குத்தகைக்காரருங்க. இங்கேயே இறங்கிப்பிடலாங்க. வண்டியை இங்கேயே அவுத்துப்போடலாம். இதோ இருக்கு. போய்ப் பாத்துப்பிட்டு உடனே திரும்பிடலாம். சும்மா மரத்திலே மாட்டுத்தலைக் கயிற்றைக் கட்டிப்பிட்டுப் போகலாம்."

கடன் தீர்ந்தது 33

"சரி."

நாலு வயல் கடைக்கு அப்பால் இருந்தது அந்த இரண்டரை வேலித் தாக்கும். வரப்பின்மேல் மூவரும் நடந்து வந்து நின்றார்கள்.

"நமக்கு ரொம்ப வேண்டியவருங்க குத்தகைக்காரரு. ஓய், குத்தகைக்காரரே, உங்க நிலத்துக்கு இனிமே முதலாளி இவுங்கதான்!"

"தெரியுதுங்க."

தேசிகர் கருகமரத்தடியில் நின்று பார்த்தார். பயிர் கருகருவென்று கரும் பச்சையாக வாளித்து வளர்ந்து காலை காற்றில் அலையாடிக்கொண்டிருந்தது.

"காவேரிப் பாசனம் பாசனந்தான். பயிர் எப்படி ஒய்யாரமா, மதம் புடிச்சாப்போல நிக்குது, பாரும்! குத்தகைக்காரரே, கண்டு முதல் சுமாரா எப்படியிருக்கும்?"

"குருவை, பதினெட்டு இருபதுக்குக் குறையாது. தாளடி பதினாறு பதினேழுக்குக் கீள போனதில்லை."

"குத்தகை?"

"இருபத்தஞ்சு."

"அதிகந்தான்."

"நீங்க சொல்றீங்க. முதலாளிக்கு ரொம்பக் குறைச்சல்னு எண்ணம். கிஸ்தியும் நீயே கட்டிப்பிடுங்கிறாரு. இது உலகத்தில் இல்லாத சேதியா இருக்கு. கிஸ்தியைக் கூடவா குத்தகைக்காரன் கொடுப்பான்? அதாங்க தவிசல்! நெல்லுக்காச்சி மரம் எங்கே இருக்குன்னு கேட்கிறவங்களுக்குப் பாடுபடறவன் அருமை, வழக்கம் முறை ஏதாவது தெரியும்படி என்னமாங்க சொல்றது. அவருபாட்டுக்குக் கேக்குறாரு."

"இனிமே அந்தக் கவலை ஏன் ஐயா, உமக்கு? புது முதலாளி எப்படின்னு கொஞ்ச நாளில் தெரிஞ்சு போயிடுது."

"நெலம் நல்லாத்தான் இருக்கு. விளைச்சலும் நல்ல விளைச்சலாகத் தான் சொல்றாரு குத்தகைக்காரரு!" என்று பயிரின் கரும் பசுமையைக் கண்டு பூரித்துக்கொண்டே சொன்னார், தேசிகர்.

"அதெல்லாம் உழைப்பிலே சளைக்கிற ஆளு இல்லீங்க குத்தகைக்காரரு. குத்தகை நிலந்தானேன்னு சோம்பிச் சோம்பி மயங்குற ஆளு இல்லே" என்றான் ராமதாஸ்.

“எதுக்காகச் சோம்புறதுங்க! பூமாதேவி ‘இந்தா இந்தா’ன்னு கொடுக்கக் காத்துக் கிடக்குறா. அவளுக்கு வேணுங்கிற தீனியைக் கொடுத்தாக் கைநிறைய வாரிக் கொடுக்கிறா, தாயி. உள்ளே கிடக்குது புதையல். அதுக்குக் கொஞ்சமாவது நாம் பிரயாசைப்பட வேண்டாங்களா? சோம்பினா அது தெரியாத்தனம் இல்லே?”

“நீ சொல்றே தம்பி! உன் மாதிரி எல்லாரும் இருந்தா நம்ம தேசத்திலே சாப்பாடு ராஜாங்கத்துக்குக் தலைவலியைக் கொடுக்குமா? உழைக்காமலே வாயிலே சோறு வந்து விழணும்னு நாம் தூங்கறோம். அதான் தேசமே தவிக்குது” என்று சொல்லி விட்டுத் தேசிகர் நிலத்தைப் பார்த்துக்கொண்டே இருந்தார்.

“என்னமோங்க. வஞ்சனையில்லாமல் உழைக்கிறேன். சொந்தக் கொளந்தை மாதிரி நெனச்சுத்தான் செய்நேத்தி செய்யறேன். குத்தகை தக்கணும்; ஆண்டவன் செயல்.”

“கவலைப்படாதையா! வஞ்சனையில்லாமல் உழைச்சா உன்னை விட்டு ஏனைய்யா குத்தகையை மாத்தறேன்?”

“ஓய், நீர் ஒண்ணும் சொல்ல வாண்டாம். அதெல்லாம் அவங்களுக்குத் தெரியும்” என்றான் ராமதாஸ்.

சற்று நேரம் கழித்து மூவரும் சாலைக்குத் திரும்பினார்கள்.

வண்டி கிளம்பிற்று. ஊர்க்கோடியில் தலைக்கயிற்றைத் தேசிகர் கையில் கொடுத்துவிட்டு, “மறுபடியும் சொல்றேன்னு நெனச்சுக்காதிங்க. யார்கிட்டேயும் சேதியை வெளியிலே விட்டுடாதீங்க. முக்கியமா ரத்ன தேசிகர் காதுக்கு எட்டிச்சோ, போச்சு!” என்று எச்சரித்துக்கொண்டே இறங்கினான் ராமதாஸ்.

“எனக்கென்ன பைத்தியமா? இதுக்கு என்னையா கவலை?” என்று தைரியம் சொன்னார் தேசிகர்.

வண்டி போய்விட்டது. கத்தியை எடுத்து ஒரு கருகக் குச்சியை நறுக்கிக் கடித்துக்கொண்டு வாய்க்கால் கரையில் நின்றான் ராமதாஸ். அவன் நெஞ்சு தேசிகரை நினைத்துக் கழிவிரக்கத்தில் கசிந்தது. குற்றம் செய்கிற குறுகுறுப்பு அங்கே இல்லை. ‘இவ்வளவு நம்பிவிட்டானே பாவி!’ என்று வருத்தப்பட்டான்.

தேசிகர் பார்த்த அந்த இரண்டரை வேலித்தாக்கும் புங்கசேரிக் கொங்கணேசர் கோயில் நிலம். அந்தக் ‘குத்தகைக்காரன்’ தஞ்சாவூரில் மாட்டுத் தரகு செய்துகொண்டிருந்தவன். ராமதாஸிடம் பத்து ரூபாய் ‘பீஸ்’ வாங்கிக்கொண்டு குத்தகைக்கார வேஷம் ஆடிவிட்டு அடுத்த பஸ்ஸில் தஞ்சாவூர் போய்விட்டான்.

‘பாவிப் பய, துரதிர்ஷ்டக்கார மனுசன்! இப்படி ஏமாந்து போகிறானே! இதோடு இந்த நாடகம் சாயம் வெளுத்துவிட்டால் கூடப் பிழைத்துவிடுவான்’ என்று ஒரு நிமிஷம் தோல்வியைக்கூட விரும்பினான் ராமதாஸ். தேசிகருடைய குழந்தைத் தன்மை ஒரு கணம் அந்த நிலைக்குக் கொண்டுவந்துவிட்டது அவனை. அந்த எண்ணத்தை உலுக்கி, உதறி எறிவது சற்றுக் கஷ்டமாகத்தான் இருந்தது அவனுக்கு.

தேசிகர் அன்று இரவு தூங்க நேரம் பிடித்தது. இரண்டரை வேலி நிலம் ஒரே தாக்காகத் தம்மை அணுகி வருவது கண்டு அவர் நெஞ்சு எழுச்சியில் மகிழ்ந்து படபடத்தது.

ராமதாஸ் நாள் தவறாமல் வந்து அரைமணி நேரமாவது பேசிவிட்டுப் போய்க்கொண்டிருந்தான். பதினைந்து நாள் கழித்து ஓர் எண்ணாயிரம் கேட்டான். தேசிகர் உடனே நஞ்சையும் புஞ்சையுமாய் இருந்த குடும்பச் சொத்தான பன்னிரண்டு மா நிலத்தையும் குழி பதினைந்து ரூபாய் என்று உச்சிக் கிரயத்தில் விற்று ரொக்கத்தை வாங்கி எண்ணாயிரத்தை ராமதாஸ் கையில் கொடுத்துவிட்டார். அதற்குள் மயிலாப்பூரிலிருந்து ஒரு கடிதம் வந்துவிட்டது. வைத்தியநாத பிள்ளையின் கடனை உடனே தீர்த்துவிட்டார் தேசிகர்.

ஒருமாதம் ஆகிவிட்டது. மயிலாப்பூர்காரருக்கு இன்னும் ஒழியவில்லை. ஆனால் ராமதாஸ் முதல்தர நெல்லாக நாலு வண்டியயும் தேசிகர் பசுக்களுக்கும் எருமைகளுக்கும் வைக்கோல் போரும் போட்டுவிட்டுப் போனான்.

நாலு மாதம் ஆயிற்று. இன்னோர் ஆயிரம், இன்னொரு நாலாயிரம் ராமதாஸ் கைக்குப் போயிற்று. கடிதத்துடன்தான். இரண்டாம் போகம் கண்டு முதலுக்குப் பிறகு இன்னொரு நாலு வண்டி நெல் வந்துவிட்டது. தேசிகருக்குச் சாப்பாட்டுக் கவலை ஒழிந்தது. மாயவரத்துப் பாதிரிப் பழம் தேசிகருக்கு உயிர். நாலைந்து கூடைகள் வந்தன. மதுரை மலை மாவடு அவருக்கு இரண்டாவது உயிர். அவருடைய அந்தரங்க ருசிகளை எல்லாம் வெகு குறிப்பாக அறிந்து நிறைவேற்றி வந்தான் ராமதாஸ்.

“ஓய், நீர் ரொம்ப இங்கிதம் தெரிஞ்ச ஆளையா!” என்று ஒரு நாள் அவர் கொடுத்த ‘சொட்டு’ அவன் மனச்சாட்சி மீது புண்ணில் ‘சொட்டு’க் கொடுத்தாற் போல் விழுந்தது. சுரீர் என்று அந்த வலியைப் பொறுத்துக்கொண்டு நிமிர்ந்துகொண்டான்.

நிலம் விற்ற ரொக்கம் முழுவதும் கரைந்துவிட்டது. ஆனால் பன்னிரண்டு மாநிலத்துப் பணத்தில் வரவிருந்த இரண்டரை

வேலி நிலம் அணுகிக்கொண்டே இருந்ததே தவிர, கைக்கு எட்டவில்லை.

தேசிகர் மயங்கினார்.

ராமதாஸ் காளவாய் மாதிரி பணம் கேட்டுக்கொண்டிருந்தான். கொடுத்த பணத்தை வாங்குவதற்காகவாவது இன்னும் கொடுத்தால்தான் நல்லது என்று தேசிகருக்குத் தோன்றிவிட்டது. மீனாட்சியம்மாளின் கை வளையல், அட்டிகை, மூன்று வடம் சங்கிலி, அந்த நாளில் அணிந்திருந்த புல்லாக்கு ஒவ்வொன்றாகக் கடுதாசாக மாறிக் கை மாறிற்று. இரண்டு வருஷம் ஆகிவிட்டது. மயிலாப்பூர்க்காரர் இதோ, இதோ என்று மன்னிப்புகள் கேட்டுக் கேட்டுக் கடிதம் எழுதிக்கொண்டேயிருந்தார்.

இன்னோர் ஆறுமாதம் ஆயிற்று. சாப்பாட்டுக் கவலை இல்லை ஏராளமாக நெல்லும் நீரும் வீட்டில் நிறைந்து கிடந்தது. எங்கிருந்து வந்ததோ!

திடீரென்று ராமதாஸ் நின்றுவிட்டான்.

தேசிகருக்கு தளர்ச்சி கண்டது. ஜுரம் வந்தது. நெஞ்சு திகிலுற்றது. படுத்துவிட்டார். ரத்ன தேசிகர் அவருக்கு ஒன்று விட்ட அத்தை மகன், அடுத்த ஊரிலிருந்து அவரைப் பார்க்க வந்தபோது, “ரத்னம், இந்த ராமதாஸை உனக்குத் தெரியுமா?” என்று சாதாரணமாகக் கேட்டு வைத்தார்.

“தெரியும்!”

“ஆள் எப்படி?”

“ஏன், ஏதாவது கடன் கிடன் கொடுத்திருக்கீங்களோ?”

“என்னப்பா, அப்படிக்கேட்டே!”

“பின்னே ராமதாஸைப் பத்தி யார் விசாரிப்பாங்க! நூறு இருநூறு கொடுத்திருந்தா, பேசாமே ஒரு முளுக்குப் போட்டுட்டு முளிச்சிடுங்க. இனிமே கொடுக்க வாணாம்.”

தேசிகருக்குப் பகீரென்றது. ஒரு மணி நேரத்தில் எல்லா வற்றையும் கக்கி உருகிவிட்டார்.

ரத்ன தேசிகருக்கு மண்டையில் அடித்தாற்போல் இருந்தது. மொட்டைக் கடுதாசிகளும் முட்டாள்தனமும் அவரை அதிரச் செய்து நடுக்கிவிட்டன. ஒன்றும் ஓடவில்லை அவருக்கு.

போலீஸில் பதிவு செய்தார். மறுநாள் ஊர் சலசலத்துவிட்டது. தேசிகரைக் கூட்டம் கூட்டமாக வந்து துக்கம் விசாரித்தார்கள்.

வேடிக்கை பார்த்தார்கள். அவருடைய உயிர் சாகசத்துடன் உடலில் ஒட்டிப் பிடித்துக்கொண்டிருந்தது. பஞ்சாயத்துப் போர்டு தலைவர் கண்ணுசாமிப் பிள்ளை, குப்புசாமி டாக்டர், சுப்பட்டா இன்னும் நாலைந்து பேர் கீழே உட்கார்ந்திருந்தார்கள்.

"இந்தக் காலத்திலே தகப்பன் பிள்ளையை நம்ப மாட்டேங்கறான். பெண்டாட்டி, பிள்ளை, அண்ணன், தம்பி ஒருத்தரையும் நம்ப மாட்டேங்கறாங்க. இப்படி ஒரு அல்காப் பயலை நம்பிவிட்டீர்களே!"

"உங்களைப் போய் ஏமாத்தினானே, பாவி, பாவி! அவனை உசிரோட வச்சு வச்சுக் கொல்ல வாண்டாம்?"

"அந்தப் பய ஹோட்டல்லெ எப்படிச் சாப்பிட்டான் தெரியுமா? தினந்தோறும் இரண்டு ஜாங்கிரி, இல்லாட்டி இரண்டு அல்வா, டிக்ரி காப்பி இப்படில்ல முழுங்கினான்? பாவி, பாவி!"

"என்ன வேட்டி! என்ன சட்டை! பெண்டாட்டியை அழைச்சிக்கிட்டு அமாவாசைக்கு வேதாரண்யம் போனான். சிவராத்திரிக்கு ராமேசுரம் போனான்."

திகைப்பும் குரோதமும் பரிவும் தேசிகர் முன் தாறுமாறாக ஆடிக்கொண்டிருந்தன.

"என்னடா இப்படி பேசறேனேன்னு நீங்க நெனைக்கலாம். என் பணத்தைக் கொண்டு இவ்வளவு சந்தோஷம் ஒத்தன் அடைஞ்சான்னா அது எனக்கு ஒரு திருப்தியாகத்தான் இருக்கு. என்ன கண்ணுசாமிபிள்ளை, நான் சொல்றது எல்லாம் உங்களுக்குச் சம்மதமில்லைபோல் இருக்கு. நீங்க எல்லாரும் இவ்வளவு ஆத்திரப்படறபோது நான் பேசுகிறது ருத்ராக்ஷப் பூனை மாதிரி இருக்கும். 'இந்தப் பழம் புளிக்கும் டாங்'கிற போக்கிலே நான் சொல்லல்லே. உண்மையாகவே எனக்கு ஒரு திருப்தி உண்டாகத்தான் செய்யுது. இந்தப் பணம் போனா என்ன? என் நடராஜன், சபாபதிப் பெருமான் எனக்கு வேறெ கொடுத்திட்டுப் போறான். கட்டாயம் கொடுப்பான். 'ஐயோ, அத்தனையும் போயிடுச்சே!'ன்னு இடிஞ்சுபோய் முதல்லே உட்காரத்தான் உட்கார்ந்தேன். ஆனா யோசிச்சுப் பாக்கறப்ப, பரவாயில்லேன்னு தோணுது. நான் இப்பக் கவலைப்படலே. என் பணம் நிச்சயம் வரும்."

"அதுக்காக அந்தப் பயலை ஒண்ணுமே செய்யாமெ விட்டுவிடுகிறதா?"

"நான் அப்படிச் சொல்லலையே, மோசடி பண்ணுகிறவனைத் தண்டிச்சுத்தான் ஆகணும். ராஜாங்கம் அவனைத் தண்டிக்கணும்னு

தான் நான் விரும்புகிறேன். நான் சொல்ல வந்தது, என் மனசிலே ஏற்பட்ட ஒரு எண்ணத்தைத்தான்!"

ஆனால் ராமதாஸின் ரத்தத்தையே குடித்துவிடத்தான் துடித்தது ஒவ்வொரு நெஞ்சும்.

இருபது நாள் கழித்துச் சிதம்பரத்திற்குப் பக்கத்தில் ராமதாஸ் பிடிபட்டுவிட்டான். விலங்கிட்டு இழுத்து வந்தார்கள். "பணமாவது, வாங்கிக்கவாவது? தேசிகர்கிட்டயா! இது என்னையாது புதிரா இருக்கு!" என்று அவன் முகம் ஆச்சரியக்குறி போட்டுக் கேட்டது. அதன் பலனாக, நகக் கண்ணில் ஊசி ஏறிற்று. முதுகு பட்டையாகத் தடித்தது. முகம் வீங்கிற்று.

இந்தக் கட்டத்தை அவன் எதிர்பார்க்கவில்லை. மடத்து நாய் மாதிரி எலும்பு கடகடக்க அடிபடும் கட்டம் அவன் போட்ட திட்டத்தில் இல்லை. ஜாமீன் கொடுத்து வெளியே வந்தான்.

கேஸ் நடந்துகொண்டிருந்தது. அந்தக் கடிதங்கள் தான் எழுதினவை அல்ல என்று பொய்ச் சத்தியம் செய்தான். அன்று வெளியே வரும்போது கண்ணுசாமிப் பிள்ளை அவன் மீது கோர்ட் வாசலில் காறி உமிழ்ந்தார்.

கையில் இருந்த ஐந்நூறு, ஆயிரமும் தீர்ந்துவிட்டது.

தலைவலி என்று ஒருநாள் படுத்தான் ராமதாஸ். நிற்காத தலைவலி அது. வளர்ந்தது; காய்ச்சல் கண்டது; பூச்சி வெட்டின வெண்டைச் செடி போல விறுவிறுவென்று வாடி உடல் தேயத் தொடங்கிற்று. படுத்த படுக்கை ஆகிவிட்டான். மருந்து வாங்கக் காசு இல்லை. அடிபட்டு அடிபட்டு வாலைச் சுருட்டி வதங்கி மடிந்திருந்த உள் மனம் ஓங்கி ஜ்வாலை விட்டு எரிந்தது. அதை அடித்து உட்கார வைக்க அவன் மனசு தெம்பு இழந்துவிட்டது. பிழைக்கிற குணம் தெரியவில்லை. மூன்று வாரம் ஆகவில்லை. இன்றைக்கோ, நாளைக்கோ என்று பொழுதை எண்ணும் நிலை நெருங்கிவிட்டது.

அன்று காலை எட்டு மணி இருக்கும்.

"வெந்நீர்" என்றான் ராமதாஸ்.

"அவங்க வந்திருக்காங்க" என பதறினாள் அவள்.

"யாரு?"

"தேசிகரு!"

"ரத்ன தேசிகரா?"

"இல்லே, நம்ம தேசிகரு."

"ஆ!"

அவன் வாய் மூடுவதற்குள் சுந்தர தேசிகர் உள்ளே வந்துவிட்டார். சுற்றுமுற்றும் பார்த்தார். கந்தல் துணிகளும் அழுக்குத் துணிகளும் தேயும் உடலும் நாற்றம்வீசி வயிற்றைக் கலக்கின. ராமதாஸின் மனைவி ஒன்றும் புரியாமல் விழித்தாள். ஒரு நாற்காலி காட்டினாள், அவரை அமரச் சொல்லி.

"ராமதாஸ், உனக்கு உடம்பு சரியா இல்லை. கவலைக்கிடமா யிருக்கு என்று சொன்னாங்க. பார்த்துவிட்டுப் போகலாம்னு வந்தேன். அதுமட்டும் இல்லெ. உன்னிடம் ஒரு முக்கியமான சேதி பேசணும்."

ராமதாஸ், கயிற்றுக் கட்டிலில் படுத்திருந்தான். சற்று எழுந்து தலையணையில் சாய்ந்தாற்போல உட்கார முடியாமல் அவனுக்குத் தெம்பு செத்துவிட்டது.

"ராமதாஸ், உன்னைப்போல ஒரு கெட்டிக்காரனை நான் பார்த்திருக்கேன்னு நினைக்கலை. இந்த உலகத்திலே சுகம் அடையறதுக்காகப் பாடுபடறாங்க, உழைக்கறாங்க. ஆனா உன்னைப்போல இவ்வளவு சுலபமாக அதை அடைஞ்சவர்கள் ரொம்ப ரொம்பக் கொஞ்சம். ஆனா கடைசியில் மாட்டிக்கவும் மாட்டிக்கிட்டே. எனக்கு ஜயிச்சதுன்னா உனக்குத் தண்டனை கொடுப்பாங்க. ஆனா எனக்கு ஜயிக்கும்னு நான் நம்பவில்லை. அவ்வளவு சாமர்த்தியமா நீ என்னை ஏமாத்திப்பிட்டே. ஆனா, கேஸ் உனக்கு ஜயிச்சுதுன்னா உன்னைப்போலத் துர்பாக்கியசாலி ஒருத்தரும் இருக்க முடியாதுன்னுதான் எனக்குத் தோணுது. எந்தத் தப்பு, குத்தம் பண்ணினாலும் அதுக்குப் பிராயச்சித்தம் பண்ணி இந்த உடம்பையும் நெஞ்சையும் வருத்தித்தான் ஆகணும், மனுஷன். இல்லாட்டா பாவம் பின்னாலே வந்து வந்து அறுக்கும். ஆனா இப்ப உன் நிலையைக் கேட்டுதான் ஓடி ஓடி வந்தேன். கேஸ் யாருக்கு ஜயிச்சா என்ன? இப்ப உன் பிராணன் போயிக்கிட்டிருக்கு. நீ நல்ல வழி தேடிக்காமெ போயிடப் போறேன்னு நான் ஓடி வந்தேன். நம்ம சாஸ்திரங்களிலே வாங்கின கடனைத் திருப்பிக் கொடுக்காமெ செத்துப்போகக் கூடாதுன்னு சொல்லியிருக்கு. இப்ப உன் கடனை நீ தீத்துப்பிடணும், நானும் பாக்கி இல்லேன்னு குறையிலாமெ மனசாரச் சொல்லிடணும். இப்பொ அதுக்குத்தான் நான் வந்தது. நீ என் பணத்தை வச்சுக்கிட்டுப் பழைய கடனெல்லாம் அடச்சே. சுகமாகவும் இருந்தே. எல்லாம் கேள்விப்பட்டேன். எனக்கு ரொம்பத்

திருப்திதான். ஆனாக் கடனை அடைக்காமெ போகக்கூடாது. அக்கம் பக்கத்திலே விசாரிச்சேன். டாக்டருக்குக்கூடப் பணம் உன்னாலே கொடுக்க முடியலேன்னு சொன்னாங்க. அதனாலே ஒண்ணே ஒண்ணு கேக்கறேன். உன் கையிலே இருக்கிறது ஏதாவது கொடு, போதும். அஞ்சு அல்லது ஒரு ரூபா கொடுத்தாலும் போதும். நான் சந்தோஷமா வாங்கிக்கிட்டு, உன் கடன் தீர்ந்து போச்சுன்னு என் தேவார ஆணை, லோகமாதா ஆணையாச் சொல்லிப்பிடறேன். என்ன? அதுக்குத்தான் நான் வந்தது" என்று தேசிகர் நிறுத்தி, பதிலுக்குக் காத்துக்கொண்டிருந்தார்.

ராமதாஸுக்கு இவ்வளவையும் மனத்தில் வாங்கிக்கொள்ளச் சற்று நேரம் பிடித்தது. மருண்டு விழித்தான். அவன் உயிர் நெருப்பில் விழுந்து துடித்தது.

"நான் நெசமாகத்தான் இதைச் சொல்கிறேன். ஏதாவது கொடு போதும். இருபதினாயிரத்துச் சொச்சமும் தீர்ந்து போச்சுன்னு மனசாரச் சொல்லிப்பிட்டுப் போயிடறேன்."

விம்மியழும் குரல் கேட்டது. திரும்பிப் பார்த்தார் அவர். ராமதாஸின் மனைவி, உடல் குலுங்க, வாய்விட்டு வரும் அழுகையை அடக்க முடியாமல் அடக்கிக்கொண்டு அவனருகே வந்தாள். அவன் பக்கத்தில் துவண்டு, சீம்பித் தொங்கிய வலது கையை எடுத்து உள்ளங்கையில் எதையோ வைத்துத் தேசிகரை நோக்கிக் கையை இழுத்து அவர் பக்கமாக நீட்டினாள்.

அவர், கையைப் பிடித்து அந்த இரண்டணாவை வாங்கிக் கொண்டார்.

"அம்மா, இனி ஏன் அழறே? பேசாம இரு. என் கடன் தீர்ந்துபோச்சு. பராசக்தி கேக்கச் சொல்றேன். உன் புருஷன் கடனைப் பூராவும் தீர்த்துவிட்டான். கவலைப்படாதே! அவனும் கவலைப்பட வேண்டாம். நான் போய்வாரேன்" என்று வெளியே போய்விட்டார்.

***கல்கி*, அக்டோபர் 1950**

பொய்

“வாசல்லே நின்னு பாத்துண்டு போங்கோ. அடுத்த வீட்டுத் துடைகாலி நிக்கப்போகிறது. பூனைக்குட்டியை மடியிலே கட்டிண்டிருக்கிற மாதிரி வந்து தொலச்சிருக்கே.”

“உஸ் எரையாதே, முண்டமே. காதிலெ விழுந்து வைக்கப்போறது. எத்தனை சொன்னாலும் தெரிய மாட்டேங்கறதே உனக்கு... சரி, ஏதாவது தபால் வந்தா ஜாக்கிரதையா எடுத்து வை. திங்கக்கிழமையே வந்துடப் பார்க்கறேன்.”

துடைகாலி சாவித்திரி அடுத்த வீட்டுக்காரருக்கு அபசகுனமாக வாசலில் நிற்காமல், மொட்டை மாடியில் உட்கார்ந்து இதைக் கேட்டுக்கொண்டுதான் இருந்தாள். அடுத்த வீட்டுச் சுமங்கலிக் கிழவி மீது கோபம் வரவில்லை அவளுக்கு. எதற்காகக் கோபித்துக்கொள்ள வேண்டும்? உண்மையைத்தானே சொல்லுகிறாள் அவள். துடைகாலி என்று அவளை அழைப்பதில் தப்பென்ன இருக்கிறது? இரண்டு நாளைக்கு ஒரு பெட்ரூம் கண்ணாடியை உடைக்கிற மாட்டுப் பெண்ணுக்கும், போது விடிந்தால் அந்த எண்ணெயைக் கொட்டி, இந்தப் பாத்திரத்தை நழுவவிட்டு நசுக்கி, மூக்குத் திருகையும் கால் உருட்டையும் கெட்டுப் போக்கிவிடும் பெண்களையே துடைகாலிகள் என்று அழைக்கிறார்கள். கணவனையே துடைத்துவிட்டவளுக்கு அந்தப் பட்டம் முற்றும் பொருந்தத்தானே வேண்டும்! கிழவி சொன்னதில் தப்பொன்றும் இல்லை.

அநுதாபம் இல்லாத வார்த்தைதான். ஆனால், அநுதாபப்படத் தான் என்ன தேவை இருக்கிறது? கிழவிக்கு வயது அறுபது கடந்துவிட்டது. சுமங்கலி முத்திரை மட்டும் 'பளீர்' என்று நெற்றியில் வீசிச் சிரிக்கிறது, பாழும் நெற்றிகளைப் பார்த்து. மூன்றாவது வீட்டுக் கிழவியும் பழுத்த சுமங்கலிதான். எதிர்த்த வீட்டுச் சுந்தரக்காப் பாட்டிக்கு எள்ளுப்பேரன் பிறந்துவிட்டான். குங்குமமும் காலிறங்கின புடைவையும் அவளைக் காடுவரை கொண்டுவிட்டுக் கூடவும் எரியப் போகின்றன போல்தான் தோன்றுகிறது.

கூனல் முதுகுகள் இப்படிக் கிடக்கும்போது இருபது தாண்டாதவள், கொண்டவனை விழுங்கிவிட்டு நின்றால் எதற்காக அநுதாபப்பட வேண்டும்..?

துடைகாலிப் பட்டத்திற்கு யார் பொறுப்பு? அவளா? இருக்க முடியாது. உடல் அறுபது வயசைக்காட்டும்போது நாற்பத்தைந்து என்று சொல்லிக்கொண்டு வந்த 'அந்த'க் கிழவரைக் கண்டு சிரித்து, பயந்து, அடம்பிடித்து, அழுது முதலில் மாட்டேன் என்றாள் அவள். அப்பா நாலாயிரத்திற்கு மயங்கிச் சரி என்றார். அவர் தானே பொறுப்பாளி? அதுவும் இருக்க முடியாது. மனதாரவா அவர் ஒப்புக்கொண்டிருப்பார்? குடும்பக் கடன் மலையாக அழுத்திற்று. அவர் மானி. தாரை வார்த்துக் கொடுத்துவிட்டு, அவர் மாடிக்கு ஏதோ எடுக்கப் போவது போல் போய்ப் பீரிவந்த அழுகையை யாருக்கும் தெரியாமல் அழுதுவிட்டு வந்தது அவளுக்குத் தான் தெரியும். பின் யார்தான் பொறுப்பு? துடைகாலிப் பட்டத்தை அவளுக்குக் கட்டுவதற்காகத் தாலி கட்டி இரண்டு வருஷத்தில் கண்ணை மூடிய அந்த அறுபத்திரண்டு வயசுக் கணவனா? அதுவும் இருக்க முடியாது. இரண்டு வருஷத்தில் இருபது பட்டுப் புடவைகளையும் இருநூறு பவுடர் டப்பாக்களையும், இருநூறு பவுனுக்குச் சுமக்கமாட்டாத நகைகளையும் வாரிச் சொரிந்தவர் மனசோடவா போயிருப்பார்? அவரும் இன்னும் முப்பது வருஷமாவது இருந்திருக்கக் கூடியவர்தான். 'அந்த'க் காலத்து மனிதர். வல்லாரை இலை பறிக்கப்போன இடத்தில் தடுக்கி விழுந்து மண்டையை உடைத்துக்கொண்டு மூளை ஜுரம் வந்து உயிரையே பறிகொடுத்துவிட்டார், அவர் வேண்டும் என்று போகவில்லை.

கடைசியாகத் தெய்வம் என்று ஒன்றைப் போட்டு, செத்துப் போய்விட்ட கிழவரின் மீதிருந்த கோபத்தை அதன் மீது மாற்றிவிட்டாள் அவள்.

“மாமி?”

“யார்?”

“இதை அம்மா கொடுத்துவிட்டு வரச்சொன்னாள்” என்று வந்த சிறுவன் வாரப்பத்திரிகை ஒன்றைக் கொடுத்துவிட்டு, ‘உழலூக்கும் தொழிலூக்கும் மந்தனை செய்வோம்’ என்று இரைந்து பாடிக்கொண்டே கையில் இருந்த இரும்பு வளையத்தைத் தெருவில் மறுபடியும் விடுவதற்காக வேகமாக ஓடினான்.

சாவித்திரி பத்திரிகையைப் புரட்டினாள். கிழவர் கணக்கில்லாமல் காணிக்கை கொடுத்த வாசனாத் திரவியங்களையும் நகைகளையும்விட கதைகள் ஒருபடி அதிகமான ஆறுதலையே அவளுக்குக் கொடுத்தன என்றுதான் சொல்ல வேண்டும். அட, சுந்தரம் கதை எழுதியிருக்கிறான். இரண்டு மூன்று மாதமாக அவன் எழுதவே இல்லை. நன்றாக எழுதுகிறவன். மேலும் உறவு வேறு. ஒன்றுவிட்ட அத்தையின் பிள்ளை. வாசிக்கத்தான் வேண்டும். ஆவலுடன் படிக்க ஆரம்பித்தாள் அவள்.

ரேழி உள்ளில் பகவத்கீதை பாராயணம் செய்துகொண்டிருந்த கிட்டப்பாவுக்கு யாரோ உள்ளே போவது போல் தெரிந்தது. உடனே எழுந்து உள்ளே போனார் அவர். கொல்லைப் பக்கத்தில் புடைவை துவைக்கும் சத்தம் கேட்டு அவர் அங்கே சென்று பார்க்கையில் கிணற்றங்கரைக்குப் பக்கத்திலுள்ள ஜாதிச் செடியில் பூப்பறித்துக் கொண்டிருந்தான் எதிர் வீட்டு ராமசாமி.

“மாமா ரேழி உள்ளேயிருக்காரா, ராமசாமி?” என்று கேட்டாள் கமலத்தம்மாள்.

“இருக்கார்.”

“பாராயணம் பண்ணிண்டிருக்காரோ?”

“ஆமாம்!”

“மார்க்கட்டுக்கு எப்பப் போகப்போறாரோ, தெரியவில்லையே.”

“ஏய் ராமசாமி” என்று ஒரு அதட்டல் போட்டார் கிட்டப்பா. திடுக்கென்று திரும்பிப் பார்த்தான் அவன்.

“இனிமே வேறே எங்கியாவது பூப்பறிச்சுக்கோ நீ. எனக்குப் பூஜைக்குப் போரலை பூ.”

"அவன் எடுத்திண்டா பூஜைக்குக் குறைஞ்சு போயிடும்! அழகாத்தான் இருக்கு!"

"எனக்குத் தெரியும்."

ராமசாமி குடலையை எடுத்துக்கொண்டு கிளம்பினான்.

"நாளையிலேயிருந்து இஞ்ச பூ எடுக்க வாண்டாம்."

"சரி மாமா."

ராமசாமி போன பிறகு, "ஏன் இப்படிச் சொல்லணும்? பூக்கிற பூவைப் பறிச்சு மாளலை. அவன் கொஞ்சம் எடுத்துண்டு போனா என்ன?" என்று கேட்டாள் கமலத்தம்மாள்.

"..."

"..."

"போனா என்ன? உனக்கும் குஷியாத்தான் இருக்கும். நீ குளிக்கிற டயம் அவனுக்கும் சரியாகத் தெரியறது. குடலையைத் தூக்கிண்டு வரான். சல்லாபம் பண்ணிண்டே நீயும் குளிக்கலாம். அவனும் பறிக்கலாம்."

பகீர் என்றது அவளுக்கு! "என்ன சொல்றேள்?" என்று யந்திரம் மாதிரி கேட்டு வைத்தாள்.

"நான் என்ன சொல்றேன்? சொல்றதைத்தான். மாமா மார்க்கட்டுக்குப் போறார். நீ குளிக்கறே. அவன் பூப்பறிக்கிறான். வேறே என்ன சொல்லித் தெரிஞ்சுக்கணும். நீதான் நடத்திண்டே இருக்கியே?"

"சிவா, சிவா, சிவா – அசடு வழியறதே!"

"அசடா வழியறது? இதோ பார். கண்ணிலேருந்தே வழியறதை!"என்று பளார், பளார் என்று அவள் கன்னத்தில் பேயறையாகப் பத்து அறை கொடுத்துவிட்டு "காமாட்டிக் கழுதை! சுட்டுப்பிடறேன் இரு, உன்னை!" என்று சொல்லி சன்னதம் வந்தவன் மாதிரி விர்ரென்று திரும்பிப் போய் பகவத்கீதைக்கு முன் உட்கார்ந்து கொண்டார் கிட்டப்பா.

கமலத்தம்மாள் கண்ணிலிருந்து கண்ணீர் வழியத்தான் வழிந்தது. நாலைந்து மாதமாகவே அவர் ஒரு மாதிரியாகத்தான் இருக்கிறார். திடீர், திடீரென்று எழுந்து உள்ளே போய் அவளை ஒரு பார்வை பார்த்துவிட்டுப் போவார். குளிக்கப் போகிறேன் என்று ஆற்றுப் பக்கம் நடந்து பாதியிலேயே திரும்பி வந்து ஒரு நோட்டமிடுவார். சந்தேகத்திற்குக் காரணமா வேண்டும்?

பொய்

கமலத்தம்மாளுக்கு நாற்பத்தைந்து வயது ஆகிவிட்டது. அவர் மனத்தில் ஏற்பட்ட விபரீதத்தைத் தடுக்க முடியவில்லை. அடி, உதை எல்லாங்கூட வந்துவிட்டது.

'ராக்ஷசன்!' அடிக்கடி அவரோடு வந்து பேசிக் கொண்டிருந்தான்.

'ராக்ஷசன்' என்று கங்காதர சாஸ்திரிக்கு செல்லப் பெயர். தோற்றம், காரியம் இரண்டிலும் ராக்ஷசப் பிரகிருதி அவன். கமுக்கட்டில் நாலாயிரம் ஜாதகங்களுக்குக் குறையாமல் இருக்கும், வக்கீல் குமாஸ்தாவின் நம்பர்க் கட்டைப்போல. வலது கை தொங்கி யாரும் பார்த்ததில்லை. ஆதலால் அந்த ஜாதகக் கட்டு, பிறவியிலேயே அங்கே இருந்ததோ என்று சந்தேகப்பட்டால் அது முக்காலும் உண்மைதான்.

பதினாறு வயசில் அவன் ஜோஸ்யம் கற்றுக்கொள்ள ஆரம்பித்து, 'கல்யாண எக்ஸ்சேஞ்சா'க என்று ஆனானோ, அன்றுமுதல் அந்த ஜாதகக் கட்டு, கையிடுக்கில் புகுந்து அளவில் பருத்துக்கொண்டே வருகிறது. காசியும் ராமேசுவரமும் அவனுக்குக் கொல்லைத் தலைமாடு. ஆயிரம் பொய் சொல்லி ஒரு கல்யாணம் செய்வதற்குப் பதிலாக ஒரு பொய் சொல்லி ஆயிரம் கல்யாணம் செய்துவைக்க அவனுக்கு வாய் இருந்தது, புத்தியும் இருந்தது. இந்தக் காரியத்தை, புண்ணியமென்று உலகம் முழுவதும் சொல்லும்போது கிட்டப்பா மட்டும் அவனைப் பஞ்சமா பாதகர்களில் ஒருவனாகச் சேர்த்து, 'பாபி, மூஞ்சியில் முழிக்கத் தகாதவன், கடின சித்தன்' என்று திட்டிக்கொண்டே இருப்பார். நாலைந்து மாதம் முன் வரையில் அவனை வாசலில் கண்டாலே திண்ணையில் உட்கார்ந்திருப்பவர் எழுந்து உள்ளே போய்விடுவார்.

ஆனால் இப்போது?

'ராக்ஷசா, எங்கடா உன்னைக் கண்ணிலெயே காணோம்?' என்று ஆரம்பித்தார் அவர்.

ராக்ஷசனுக்கு இந்தப் பரிவைக் கண்டு கொஞ்சம் வியப்பாகத்தான் இருந்தது. 'சரி, என்னமோ விஷயம் இருக்கிறது' என்று பட்டுவிட்டது அவனுக்கு. லக்ஷோப லக்ஷம் பெண்ணைப் பெற்றவர்களையும், பிள்ளைகளைப் பெற்றவர்களையும் கண்டு, நெருங்கிப் பழகிய அநுபவத்தினால், சரீரத்தை ஊடுருவி மனத்தில் உள்ளதைப் பார்த்துவிடும் எக்ஸ்ரே அறிவு இருந்தது அவனுக்கு. 'காரியவாதி' என்று அசட்டை செய்துவிடாமல் கரைபுரளும் உத்ஸாகத்துடன், "மாமாவைத் தான் பார்க்கவே முடியலை.

ஆனால் உங்களைத்தான் என்னமா சொல்றது? எனக்கும் ஜோலி சரியாய்த்தான் இருக்கு! ராக்ஷசன், ராக்ஷசன்னு பேரே ஒழிய, நாரதர் மாதிரி நான் அலையறேன். கர்நூல்லெ ஒரு எலெக்ரிக் இஞ்சினீர் இருக்கார். வயது ஐம்பதுதான் ஆறது. சம்சாரம் இருக்காள், பிள்ளையில்லே. அவருக்கும் ரொம்பக் குறை. அந்த அம்மாளுக்கும் ரொம்பக் குறை. கல்யாணம் ஒன்று செட்டில் பண்ணிவிட்டேன். நாளன்னிக்கு முகூர்த்தம் கட்டாயம் வரணும்னு அவர் பிடிவாதம் பண்றார். போகாட்டா வருத்தப்படுவர்... சரி, வண்டிக்கு டயம் ஆச்சு. அப்புறம் பார்க்கிறேன்" என்று மின்வெட்டுப் போல மறைந்து ஸ்டேஷனுக்குப் போய்த் திருவனந்தபுரத்துக்கு டிக்கட் வாங்கிக்கொண்டான்!

ராக்ஷசன் சரியான 'ஸ்விச்'சைத்தான் அமுக்கிவிட்டுச் சென்றான். கிட்டப்பாவின் மனத்தில் ஒரு மூலையில் இருந்து இருளை நீக்கிவிட்டது அது. 'இந்தக் காமாட்டியைப் பழி வாங்க ஒரு கல்யாணம் செய்துக்க வாண்டாமோ?' என்று வீறாப்பாக நினைத்துவிட்டு, பிறகு முடியுமா என்று சஞ்சலப் பட்டுக் கொண்டிருந்தவருக்கு, திடீரென்று தெளிவு, வெளிச்சம் எல்லாம் வந்துவிட்டன. 'பிள்ளை' நல்ல காரணம். சுவீகாரம் எடுத்துக்கொண்டு முகம் தெரியாதவனுக்குச் சொத்தைக் கொடுத்துவிட்டுப் போகிறதில் என்ன லாபம்? ராக்ஷசன் மனது வைத்தால்... வஞ்சம், சந்ததி இரண்டும் ஒரே கல்லில் அடிபட்டுவிடும்... பெண் மாத்திரம் நல்ல சிவப்புப் பெண்ணாக இருக்கவேண்டும்.

இரண்டு மூன்று நாளாகியும் ராக்ஷசன் வரவில்லை. கிட்டப்பாவுக்கு அவனை இன்னும் பாராதது ஏக்கமாகக் கூட இருந்தது. இருப்புக் கொள்ளவில்லை. ஐந்தாறு தடவை அவன் வீட்டுக்குப் போய் அவன் கடைசிப் பிள்ளையைக் கண்டு, "அப்பா வந்து விட்டானாடா?" என்று கேட்டுவிட்டு வந்தார்.

ஒரு வாரம் கழித்து ராக்ஷசன் பேட்டி கிடைத்தது.

ராக்ஷசனால் ஆகக்கூடாத காரியமா இருக்கிறது?

என்ன சுருக்கு! என்ன கெடுபிடி!

அவன் அதற்காகவே பிறந்தவன். புள்ளி போட்டுவிட்டான். ஆடுதுறை ஸ்டேஷனில் இறங்கி ஒரு மைலில் ஒரு கிராமம். கிட்டப்பாவும் அவனும் பெண் பார்க்கப் போனார்கள்.

மாடி வீடு இடிந்து கிடந்தது. வீட்டுக்காரரின் தகப்பனார் தெம்பாக இருந்து, ஊர் வம்புகளில் மாட்டிக்கொண்டு

பொய்

எல்லாவற்றையும் இழந்துவிட்டவராம். பிள்ளைக்கு வைத்துப் போனது மாடிவீடு, கடன் கொஞ்சம், உலகத்திற்குக் கொஞ்சம். பிள்ளைக்கு அதைத் தாங்கி நிற்கத் தெம்பில்லை.

வீடு முன் பக்கம் இடிந்துவிட்டது. கை வைத்தால் அது இது என்று ஆயிரத்துக்கு இழுத்துக்கொண்டு போய்விடும்.

கல்யாணத்திற்கு இன்னும் நான்கு பெண்கள் இருக்கின்றன. முதல் பெண்ணுக்குத்தான் கல்யாணம் ஆகியிருக்கிறது. அந்தக் கொஞ்சக் கடனில் மூன்றில் ஒரு பங்கு அவள் தேடி வைத்துவிட்டுப் போனதுதான்.

வேறு வழி? தகப்பன்காரன் சம்மதித்துவிட்டான். பாழுங் கிணறானாலும் புதையல் கொடுக்கிற கிணறு. அவ்வளவுதான். பாக்கு வெற்றிலை மாற்றி முகூர்த்தத் தேதியையும் நிச்சயம் செய்துவிட்டார்கள். இப்பொழுது இருக்கட்டும் என்று சொல்லி இரண்டாயிரத்தைக் கொடுத்தார் கிட்டப்பா. கல்யாணம் நிச்சயம் செய்கிற மாதிரியே இல்லை. மனம் விட்டு வராத பேச்சு, ஆரம்பத்திலிருந்து அரசாண்ட நிசப்தம், பாழும் வீட்டில் பறந்த வௌவால், அழுது வடியும் சிவப்பு மண்ணெண்ணெய் அரிக்கேன் – எல்லாம் சேர்ந்து சூதாட்ட வீடு மாதிரி செய்து விட்டது வீட்டை.

இவ்வளவு எளிதாகக் காரியம் முடிந்துவிடும் என்று கிட்டப்பா எதிர்பார்க்கவே இல்லை. அதனால்தான் திரும்பி ரெயிலுக்கு வரும்போது, “ராக்ஷசா, நீ உண்மையாகவே ராக்ஷசன் தாண்டா!” என்று மலைத்துப்போய்ச் சொன்னார்.

இன்னும் ஏழு நாள், ஆறு நாள், ஐந்து, நான்கு . . . நாட்கள் வேகமாக ஓடுவதுபோல் இருந்தது கிட்டப்பாவுக்கு. முதல் நாளைக்கு முதல் நாள், தலை தெறிக்கிற வேகத்தில் பறந்து போய், இரவைக் கொண்டுவந்துவிட்டது. கிட்டப்பா விவரிக்க முடியாத பயத்துடன் ராத்திரி, படுக்கையில் புரண்டுகொண்டிருந்தார். காலம் ஏன் இப்படி ஓடுகிறதென்று அவருக்குப் புரியவில்லை. படுக்கையில் எழுந்து அடிக்கடி உட்கார்ந்து இருளை ஊடுருவிப் பார்த்துக்கொண்டிருந்தவருக்கு, காலத்தை வாலைப் பிடித்து நிறுத்த முயலுவதுபோலவும், அது நிற்காமல் அவரையும் சேர்த்து இழுத்துக்கொண்டு போவது போலவும் கனவு மாதிரி ஒரு தோற்றம் எழுந்தது. கனவாகக்கூடத் தெரியவில்லை. மீண்டும் மீண்டும் அது தோன்றியது. நனவு தானோ! வர வரத் தோற்றம் தேய்வு தெளிந்து, நன்றாகத் தெரிகிறது. காலம் முரட்டுக் காளையைப்போல

ஓடுகிறது. பஞ்சக்கச்சத்தின் நுனியை இடுப்பில் தூக்கிச் செருகி அவர் வாலைப் பிடித்துக்கொண்டு ஓடுகிறார். காளையா? இல்லை. நீண்ட ரெயில் தொடர் மாதிரி இருக்கிறது. இல்லை காளைதான். இல்லை, இல்லை ரெயில்தான் ... இரண்டைப் போலவும் இல்லை, ரெயில், ரெயில் மாதிரியும் இருக்கிறது. ரெயில் துள்ளித் துள்ளி ஓடுகிறது. காளை மாதிரி முகம், காளை மாதிரி வால். காலும் அப்படித்தான் இருக்கிறது. ஆனால் உடல்தான் நீளமாக, சிவப்பாக ரெயில் பெட்டிகள் மாதிரி தோன்றுகிறது. தோன்றுகிறதென்ன? ரெயில்தான். ரெயிலின் வாலைப் பிடித்துக்கொண்டு ஓடுகிறார் கிட்டப்பா. வெற்றி உத்ஸாகத்தில் ரெயிலின் காளை முகம் பூபாள ராகம் பாடுகிறது. அரைத் தூக்கம் தெளிய, மறுபடியும் படுக்கையைத் தடவிப் பார்த்து, காமிரா உள்ளில் படுக்கையில் தான் படுத்திருக்கிறோம் என்று ஆசுவாசம் அடைந்த கிட்டப்பாவுக்கு, கமலத்தம்மாள் பூபாளம் பாடிக்கொண்டு கூடத்தைப் பெருக்குவது காதில் விழுந்தது. தூக்கம் தெளிந்து, உலகத்திற்கு வந்து, அச்சம் தெளிந்ததும் குழப்பம் தெளியவில்லை அவருக்கு.

அடுத்த வீட்டு வாசலில் சாணி தெளிக்கும் ஓசை கேட்டது.

"மாமா!"

ராக்ஷசன் குரல். திடுக்குற்று எழுந்து வாசலுக்குப் போனார் கிட்டப்பா.

"ரெண்டுமணி வண்டி, ஞாபகம் இருக்கட்டும்."

"ம்" என்று அவர் இழுப்பதற்குள் ராக்ஷசன் போய்விட்டான் ஆற்றங்கரையை நோக்கி.

உள்ளே வந்தார் கிட்டப்பா. பூஜை அலமாரியைத் திறந்து அகலை ஏற்றி வைத்துவிட்டு, கோலம் போட்டுக் கொண்டிருந்தாள் கமலத்தம்மாள்.

பார்த்துக்கொண்டே நின்றார் அவர்.

எத்தனை நாழி நின்றிருப்போம் என்று அவருக்குத் தெரியவில்லை.

"பல்லைத் தேச்சு, ஸ்நானத்தைப் பண்ணி விடலாமே. வெந்நீர் எடுத்து வச்சிருக்கேன். காபி ஆறிப் போயிடப் போறது."

உலுப்பிக் கொண்டு கொல்லைப் பக்கம் போனார் கிட்டப்பா.

குளித்துவிட்டுச் சமயலறையில் உட்கார்ந்து காபி சாப்பிடும் போது, அவர், "கமலம், உனக்கும் ஒரு குழந்தை காலாகாலத்திலே பொறந்திருந்தா நீ இப்படி ஒண்டியாத் தள்ளாடுவியா?" என்று கேட்டார். புனிதமான மந்திரத்தைச் சொல்லி அந்தராத்மாவின் களங்கங்களை அலம்பிச் சுத்தி செய்துகொண்டு விட்டதுபோல, ஒரு நிம்மதி ஏற்பட்டது அவருக்கு, அந்த வார்த்தைகளைச் சொன்ன பொழுது.

"நீங்க இன்னும் குழந்தையாய்த் தானே இருக்கேள், போறாதா?" என்றாள் கமலத்தம்மாள்.

காமிரா உள்ளில் போய் அவர் கண்ணைத் துடைத்தது பாபத்திலிருந்து கரையேறின சந்தோஷத்தினால்தான். மனசிலே அழுத்தின சுமை இறங்கிவிட்டது.

உச்சி வேளையில் ராக்ஷசன் வந்தான். இரண்டு பேரும் ஸ்டேஷனுக்குப் போய் ரெயில் ஏறினார்கள். அவர் கலகலப்பாக இல்லை. ராக்ஷசன் உத்ஸாகப்படுத்திக் கொண்டே வந்தான். இந்த மாதிரி நிலையில் மௌனம் சகஜம் என்று தான் அவனுக்கு அநுபவம் சொல்லிற்று.

கும்பகோணம் வந்தது.

"ராக்ஷசா, இப்படிக் கொஞ்சம் இறங்கிக் காபி சாப்பிட்டு வரலாம் வா" என்றான் கிட்டப்பா.

இறங்கினார்கள்.

ஹோட்டலில் பெரிய பட்டியலாகப் போட்டார் கிட்டப்பா. காபி சாப்பிடும்போது ரெயில் ஊதவே ராக்ஷசன் பாதி குடித்த படியே டம்ளரை வைத்து, "ஊதிவிட்டான் மாமா" என்று நாற்காலியை விட்டு எழுந்து பறந்தான்.

"போனால் போகட்டும் என்றுதான் வந்திருக்கிறேன். இந்தா, பணத்தைக் கொடுத்துவிட்டு வா; வெளியிலெ எல்லாத்தையும் சொல்றேன்" என்றார் கிட்டப்பா சாவதானமாக. பில் கொடுக்கும் போது வண்டி கேட்டைத் தாண்டிவிட்டது.

"ராக்ஷசா விடியகாலமெ நீ வந்து கூப்பிட்டெ பாரு. அப்பவே நான் ஒரு தீர்மானத்துக்கு வந்துவிட்டேன். மனசு குழம்பறது எனக்கு. சந்ததியை நினைச்சு நான் மனப்பூர்வமா இந்த விஷயத்தில் இறங்கவில்லை" என்று நிறுத்தி யோசித்தார் கிட்டப்பா. மனத்திலுள்ள அந்த அழுக்கை ராக்ஷசனிடம் சொல்ல வேண்டுமா என்று ஒரு சந்தேகம் வந்தது. ஏன் சொல்ல

தி. ஜானகிராமன்

வேண்டும்? தொடக்கூடாத ரகசியம். அதை அவனுக்குச் சொல்ல வேண்டிய அவசியம் என்ன?

"கமலத்துக்குத் துரோகம் பண்ணிவிட்டு இந்த உசிரை வச்சிண்டு வாழ அவசியம் இருக்கும்னு எனக்குத் தோணலை. எனக்கு கண் சரியாயில்லைன்னு நினைக்கிறேன். திடீர் திடீர்னு யாரோ போகிறாற்போல் இருக்கிறது. திரும்பிப் பார்த்தால் ஒன்றுமில்லை –"

மறுபடியும் நிறுத்தினார்.

'தொடக்கூடாத விஷயத்தைத் தொட்டுவிட்டோமே' என்று உணர்ந்து விழித்துக்கொண்டார்.

மேலே சொன்னார்.

"இரண்டாயிரம் கொடுத்ததைத் திருப்பி வாங்க வேண்டாம். இவ்வளவு மலிவாக நல்ல புத்தி யாருக்கும் கிடைக்காது. நீ சிரமப்பட்டதற்கு இந்த நூறு ரூபாயை வச்சுக்கோ. அடுத்த வண்டியிலே போய் அவாளிடம் விஷயத்தைச் சொல்லிவிடு."

"மாமா, என்ன இது?"

"ஏய் வண்டி!" என்று கூப்பிட்டார் கிட்டப்பா.

வண்டி வந்தது. ஏறிக்கொண்டார்.

"மாமா!"

"நான் தீர்மானம் பண்ணிவிட்டேன். நீ போ."

"எங்க சாமி போகணும்!"

"கண்ணாஸ்பத்திரிக்கு விடு. மகாலிங்கையர் கண்ணாஸ்பத்திரி தெரியுமோல்லியோ?"

"தெரியுங்க."

"சரி."

ராக்ஷசன் மனிதனாக மாறி வெலவெலத்து நின்று கொண்டிருந்தான்.

கதை முடிந்துவிட்டது.

முடிந்து எத்தனையோ நாழிகை ஆகிவிட்டது. ஆனால் மாதா கோயில் கண்டாமணியைப் போல அதன் கார்வை அவள்

மனத்தில் இன்னும் எழும்பிக்கொண்டுதான் இருந்தது. இருள் சூழ்ந்து நக்ஷத்திரங்கள் வந்து இறைந்துவிட்டன. எத்தனையோ நாழியாகிவிட்டது. கதையின் கார்வை அடங்கவில்லை.

மூன்றாம் நாளன்று சுந்தரம் அவள் எழுதிய கடிதத்தைப் பிரித்து படித்துக்கொண்டிருந்தான்:

"அத்தானுக்கு அநேக நமஸ்காரம். உன் கதையைப் படித்தேன். நன்றாகத்தான் இருக்கிறது. ஆனால் ஏன் நீ உண்மையை எழுதவில்லை? 'கமலத்தம்மா'ளுக்கு அவர் துரோகம் செய்யவில்லை என்று ஏன் பொய் சொல்லுகிறாய்? நேராக வந்து ஆடுதுறை ஸ்டேஷனில் இறங்கி என்னைக் கல்யாணம் செய்துகொண்டு சென்றவரை, கும்பகோணத்தில் இறங்கிக் கண்ணாஸ்பத்திரிக்கு அனுப்பியது எதற்காக? அவருக்கு அவ்வளவு திடசித்தம் இருந்திருந்தால் அடுத்த வீட்டுக் கிழவி என்னைத் துடைகாலி என்று சொல்லும்படி ஏற்பட்டிராது. கதை நன்றாகத்தான் இருக்கிறது. ஆனால் பாதி பொய் என்று தெரியும்போது ஒரு வித அதிருப்தியும் கசப்பும் உண்டாகின்றன. நீ என்ன நினைத்துக்கொண்டு அப்படிக் கற்பனை செய்தாயோ, தெரியவில்லை... "இப்படி நேர்ந்திருந்தால்," "ஏன் இப்படி நேர்ந்திருக்கக் கூடாது" என்று கற்பனை செய்திருக்கிறாய். ரொம்ப அவசியமான கற்பனைதானா என்று சந்தேகமாக இருக்கிறது. எதற்காக இப்படிக் கற்பனை செய்யவேண்டும்? நான் ஏன் திடசித்தமாக, 'மாட்டேன், என்று சொல்லவில்லை என்று உனக்குக் கோபமோ என்னமோ? மாட்டேன் என்று சொல்ல எனக்குத் துணிச்சல் வரவில்லை. சொல்லியிருந்தால் அரைப்பாழ் வீடு முழுப்பாழாகி இருக்கும். அதற்குள் அமீனா புகுந்திருப்பான்.

"உன் கதை முடியும் இடத்திற்குக் கீழ் உள்ள விளம்பரத்தைப் பார்த்தால் எனக்கு ஆச்சரியமாக இருக்கிறது. உனக்கும் அது வியப்பைத் தரலாம். அது தற்செயலாகத்தான் அந்த இடத்தில் அச்சாகியிருக்க வேண்டும். இருந்தாலும் உன் பொய்யை அது நன்றாக எடுத்துக்காட்டும். அம்மாவுக்கு என் நமஸ்காரங்களைத் தெரிவிக்கவும்.

இப்படிக்கு,
சாவித்திரி.

அவசரமாகப் பத்திரிகையை எடுத்துச் சுந்தரம் கதை முடியும் இடத்தைப் பார்த்தான்:

தி. ஜானகிராமன்

மார ரஸம்

ஐயா,

நீங்கள் அனுப்பிய மார ரஸத்தை உபயோகித்தேன். ஆச்சரியமான ஔஷதம் என்றுதான் சொல்ல வேண்டும். இன்னும் இரண்டு பாட்டில் உடனே அனுப்பி வைக்கவும்.

(கை — ம்) கிருஷ்ணசாமி அய்யர், V.
4 – 6 – '44

இழந்த வாலிபத்தைத் திரும்பப் பெற இணையற்ற சஞ்சீவி மார ரஸம். எல்லா மருந்து வியாபாரிகளிடமும் கிடைக்கும்.

சுந்தரமும் அதைத் தற்செயலாக ஏற்பட்டதென்று நினைக்கவில்லை. ஆனால் கிட்டப்பா அதே வருஷம் ஜூலை மாதம் செத்துப் போனதால் அந்த இரண்டு பாட்டிலை முழுவதும் உபயோகித்திருப்பாரா என்று சந்தேகம் எழுந்தது அவனுக்கு. அவர் செத்துப்போய் நான்கு வருஷமாகியும் இன்னும் அந்தக் கடிதத்தை வியாபாரி விடவில்லையே என்று ஆச்சரியமும் பட்டான் அவன்.

சிவாஜி தீபாவளி மலர், 1948

கோயம்புத்தூர்ப் பவபூதி

என்ன வெயில்! என்ன வெயில்! இலை அசங்கவில்லை. உடம்பு ஓர் இடத்தில் நிலை கொள்ளாமல் பறந்தது. மூச்சு முட்டுகிற புழுக்கம். சிமிண்டுத் திண்ணையின் சிலு சிலுப்புக்கும் கீற்றுச் சார்பின் குளுமைக்கும் வெறிகொண்டு வாசற்பக்கம் போனேன்.

அம்மா யாரோடோ பேசிக்கொண்டிருந்தாள் வலது காலைத் திண்ணையில் மடக்கி, இடது காலைத் தொங்கவிட்ட வண்ணம் ஒரு கிழவர் பேசிக்கொண்டிருந்தார். முன்பின் பார்த்திராத முகம். ஆனால் அந்தக் களையும் தேஜஸும் புதியவை அல்ல. விவேகத்திலும் அநுபவத்திலும் ஒழுக்கத்திலும் பிறக்கும் அந்தக் களையைப் பல முகங்களில் பார்த்திருக்கிறேன். வயசு அறுபத்தைந்துக்குக் குறைவு இல்லை. வாட்டசாட்டமான தேகம். ஆனால் குரலும் தோலும் கிழம் தட்டிவிட்டன. நீள முகம். தலை முன் பக்கம் வழுக்கை. பின் தலையில் பொல்லென வெளுத்த மயிர், பெரிய கொட்டைப் பாக்கு அளவிற்குக் குடுமியாக முடிந்திருந்தது. அந்தக் குடுமிக்கும் நீள முகத்திற்குந்தான் என்ன பொருத்தம்! நெற்றியில் ஒரு சந்தனப் பொட்டு; குங்குமப் பொட்டு. காதில் சிவப்புக் கடுக்கன். கைக்கு இரண்டு மோதிரங்கள். ஆள்காட்டியில் ஒரு வெள்ளி மோதிரம். மோதிர விரலுக்கு ஒரு பவித்திரம்.

அம்மாவுக்கு வயசு அறுபத்தைந்து ஆனால் சங்கோசத்திலும் கூச்சத்திலும் இருபது வயசுதான் சொல்லலாம். அவள்கூட மூக்குக்கண்ணாடி சரியாமல் தூக்கித்தூக்கி விட்டுக்கொண்டு அவர் பேசுவதைக் கேட்டுக்கொண்டிருந்தாள்.

“இந்தக் காலத்துக்கும் அநுசரணையாகத்தான் இருக்கும். வெறுமே பேசிண்டிருந்தா யார் சீந்தறா இந்தக் காலத்திலே? ‘ஆடம்பராணி பூஜ்யந்தே’ன்னு இருக்கு லோகம். சினிமாவும் டிராமாவும் மூணு அணாக் கொடுத்தால் மூணாம் ஜாமம் வரையில் பார்க்கலாம். சும்மா வறட்டு உபதேசம் யாருக்கு வேணும்னு இருக்கிறது, ஜனங்களோட போக்கு. அதுக்குத்தான் சங்கீதமும் வச்சிண்டிருக்கேன்” என்று சொல்லிக்கொண்டிருந்தார் கிழவர்.

இந்த மண்டை வெடிக்கிற வெயிலில் இவர் எப்படி நடந்து வந்தார் என்று புரியவில்லை. மனுஷனுக்கு இன்னும் வேர்வை கூட அடங்கவில்லை. இந்தச் சிரமத்தில் இவருக்குப் பேச முடிந்ததுதான் எனக்கு வியப்பாக இருந்தது.

“சங்கீதம்னா, பின்பாட்டு, மிருதங்கம் இதெல்லாம் உண்டோல்லியா?” என்று அம்மா கேட்டாள்.

“அதெல்லாம் வச்சுக்கலை. அவ்வளவு ஆடம்பரத்துக்கும் வசதி போராது. சிப்ளா உண்டு; ஜாலரா உண்டு. ஸம்ஸ்கிருதம், தமிழ், இந்துஸ்தானி, மகாராஷ்டிரம் இதிலெல்லாம் நிரூபணங்கள் பாடுவேன்.”

“உட்கார்ந்துண்டு சொல்லுவேளோ? நின்னுண்டோ?”

“உட்கார்ந்துண்டும் சொல்லலாம். நின்னுண்டும் சொல்றதுண்டு. இப்ப வயசு எழுபத்தி நாலு ஆயிட்டுது. சேர்ந்தாற்போல ரெண்டு மூணு மணி நிக்கறதுன்னா, சாத்தியமா இல்லை.”

“அது சரி.”

“நின்னுண்டு சொல்றதுனாலெ எவ்வளவு விசேஷமுண்டோ அதுக்குக் குறைச்சலாக இருந்துவிடாது உட்கார்ந்து சொல்றதினாலே, என்ன? நின்னுண்டு சொன்னால் பாகவதர், உட்கார்ந்து சொன்னால் புராணிகர். சரக்கு என்னமோ ஒண்ணுதான் ஆச்சா?”

“என்ன, சரித்திரம் எல்லாம் சொல்லுவேளோ?”

“எது வேணுமோ அது. சீதா கல்யாணம், ருக்மணி கல்யாணம், வத்ஸலா கல்யாணம், பாதுகா பட்டாபிஷேகம்,

லக்ஷ்மண சக்தி, வாலி வதம், விபீஷண சரணாகதி, நந்தனார், இயற்பகை நாயனார், வள்ளி கல்யாணம், குமார சம்பவம் எல்லாந்தான். காலம், தேசம், மனுஷ்யாளுடைய ஆஸ்தை எல்லாத்தையும் பொறுத்திருக்கு அது. எதாக இருந்தாலும் சரி; ரஸக்குறைவா இராது. ஏண்டாப்பா சொல்லச் சொன்னோம்னு இராது. கேட்கிறவா எல்லாரும் எழுந்துபோய், ஒத்தன் மட்டும் உட்கார்ந்திருந்தானாம். 'நீர் ஒருத்தராவது ரஸிகர் இருக்கிறீரே' அப்படீன்னாராம் பாகவதர். 'இந்த லைட்டும் ஜமக்காளமும் என்னது. அதுதான் உட்கார்ந்துண்டிருக்கேன்'னு சொன்னானாம் அந்த ரஸிகன். அப்படியெல்லாம் இருக்குமோன்னு பயப்பட வேண்டாம். ஆச்சா? ஒரு தரம் கேட்டுப்பிட்டா அப்பறம் நாளைக்குச் சொல்லுங்கோ, நாளன்னிக்குச் சொல்லுங்கோன்னு சொல்ல ஆரம்பிச்சுடுவா. அப்படித்தான் அநுபவம் எனக்கு. ஆனால் முதல் தடவை கேக்க வைக்கிறதுங்கறதை நாமதானே செய்யவேண்டியிருக்கு? நானோ இந்தக் கிழக்கத்திச் சீமைக்குப் புதுசு. பரிசயமானவா ஒத்தரும் கிடையாது. முன்னாடியே வந்து, சாஸ்திரிகள் கிளம்பிவிட்டார், வந்துண்டிருக்கார்னு அட்வர்டைஸ்மென்டெல்லாம் செய்யறதுக்கு நமக்கு ஆள் கிடையாது. ஆச்சா? அதனாலே நிலையை விட்டு நாம்தான் தேரைக் கிளப்பணும். இவா யாரு? உங்க பிள்ளையோ?"

"ஆமாம்."

"நமஸ்காரம்" என்று கையைக் கூப்பியும் கூப்பாமலும் மரியாதை செய்தேன். உத்தியோகம், சம்பளம் முதலிய கேள்விகளுக்குப் பதில் சொன்னேன்.

"எனக்குக் கோயம்புத்தூர்ப் பக்கம். ஸ்கூல்லெ பண்டிட்டா இருந்தேன். ஸம்ஸ்கிருதம், தமிழ் ரெண்டுக்கும். ரிடயராகிப் பதினெட்டு வருஷம் ஆயிட்டுது. ரிடயரானதிலேருந்து இப்படிக் காலக்ஷேபம் பண்ணிண்டு வரேன். பிராவிடண்ட் பண்டுன்னு இரண்டாயிர ரூபா கொடுத்தா. ரெண்டு பெண்கள் கல்யாணத்துக்கு அடிபட்டுப் போச்சு. இப்ப இப்படித்தான் பகவான் படியளந்திண்டிருக்கார். இன்னொரு பெண்ணுக்குக் கல்யாணம் ஆகணும். ஒரே பையன்; அவன் வாத்தியார் வேலைக்கு வாசிச்சிண்டிருக்கான். அவனுக்கு ஸ்டைபண்ட் கொடுக்கறா. அது எப்படிப் போரும்? அதையும் நான்தான் பாத்துக்க வேண்டியிருக்கு" என்று தம் பிரவரத்தைச் சொல்லி முடித்தார் கிழவர்.

"இந்த ஊர்லே ஏதாவது ஏற்பாடு ஆகியிருக்கோ?"

“ஆகணும். அதுக்குத்தான் பாத்துண்டிருக்கேன், நீங்கதான் சொல்லுங்களேன். யாரைப் பார்த்தால் தேவலை?”

“மேலத் தெருவிலே ஒரு பாங்க் மானேஜர் இருக்கார் நாகமணின்னு. இந்த மாதிரி விஷயங்களுக்கு அவரை விட்டா இங்கே நாதி கிடையாது.”

“மேலத் தெருதானே? பந்தல் போட்டிருக்கிற வீடு; கிழக்குப் பார்த்த வீடு?”

“ஆமாம்.”

“அவரைத்தான் காலமே போய்ப் பார்த்தேன். ராத்திரி வாங்கோ, ஸ்நேகிதனைக் கலந்துண்டு சொல்றேன்னு சொல்லி யிருக்கார்.”

“அப்படீன்னா இன்னி ராத்திரி ஒண்ணுமில்லேன்னு ஆயிட்டுது?”

“அதுக்கென்ன? வந்தவுடனே நடந்துடுமா? யார் யாருக்கு எப்படி எப்படிச் சௌகரியமோ?”

“அவரை முன்னாடியே தெரியுமோ?”

“தெரியவாவது கிரியவாவது? இந்த ஊர்ப் பேரையே முந்தாநாள்தான் கேள்விப்பட்டேன். முந்தாநாள் ராத்திரி திருமாங்குடியிலே காலக்ஷேபம் நடந்தது. நான் தங்கியிருந்தேனே, அந்தக் கிருஹஸ்தர்தான் சொன்னார், இந்த ஊருக்கு போகச் சொல்லி. லெட்டர்கூடக் கொடுத்தார், ரிடயரான தாசில்தாராமே தாசரதின்னு, அவருக்கு இந்தத் தெருக்கோடி தான்.”

“ஆமாம்.”

“அங்கேதான் வந்து தங்கியிருக்கேன். படுக்கை, பெட்டி, சுருதிப்பெட்டி எல்லாம் அங்கேதான் இருக்கு. அவர்தான் பாங்க் மானேஜரைப் போய்ப் பார்க்கச் சொன்னார். இன்னொருத்தரையும் பார்க்கச் சொன்னார். ஆத்தங்கரையோரமா ஒரு பெரிய சிவாலயம் இருக்கே; அதுக்கு டிரஸ்டியாம் ஒருத்தர், பரமேச்வர பந்துலுவாமே?”

“ஆமாம்.”

“அவரையும் பார்க்கச் சொன்னார். போய்ப் பார்த்தேன். அவர் ஊரில் இல்லையாம். சாயங்காலம் வந்துவிடுவாராம். போய்ப் பார்க்கணும்.”

“பாருங்கோ.”

காஃபிக்கு குரல் வந்தது. கிழவரையும் உள்ளே அழைத்துக் கொண்டு போனேன், சாப்பிட்டார். அப்பாடா, ‘ஈச்வரீ!’ என்று களைப்புத் தீரப் பெருமூச்சு விட்டு, குனிந்து ஒரு முறை பார்த்துக்கொண்டார். “வெயில் தாங்கலையே!” என்று வானத்தை ஒருமுறை பார்த்தார்.

“இங்கே யாரோ தமிழ்ப் பண்டிதராமே, ராமையான்னு. அவர் சொன்னாக்கூட நடக்குமாமே?”

“அப்படீன்னு ஒருத்தர் இருக்கார்னு தெரியும் எனக்கு.”

“அவர், ஸ்டேஷன்கிட்ட ஒரு பெரிய ரைஸ் மில் இருக்கே, அந்த முதலாளி கணபதி செட்டியாருக்கு ரொம்ப ஆப்தராம். அந்தச் செட்டியாரும் பர்மா ஷெல் ஏஜண்ட் வைதீச்வர ஐயரும் ரொம்ப அன்யோன்யமாம்.”

“ஸ்வாமி, உங்களுக்கு ஜயலஷ்மி வாவான்னு காத்திண்டிருப்பான்னுதான் நினைக்கிறேன். காலமே வந்தேங்கறேள். இந்தச் சீமைக்கே புதிசுங்கறேள். மத்யானம் மணி மூணு ஆகல்லே. அதுக்குள்ளே, நாலு பெரிய மனுஷ்யாளைப் பார்த்து, இன்னும் யார் யார் பெரியவா, யாருக்கு யார் ஆப்தம், அன்யோன்யம் – இவ்வளவு தெரிஞ்சிண்டிக்கேளே. ஏ, அப்பா! நீங்க நினைச்சா எது நடக்காது?”

“அது சரின்னா சரி. நடந்ததுக்கு அப்புறம்னா என் சாமார்த்தியத்தை மெச்சிக்கணும் நீங்க.”

கிழவர் சற்று இளைப்பாறிவிட்டு நாலு மணிக்குக் கிளம்பினார்.

கிழவர் நல்ல உயரம். முழங்காலுக்குக் கீழ் அந்த வளைவு இல்லாவிட்டால் இன்னும் உயரமாகக் காட்டியிருக்கும். வெயிலின் கடுமை அப்படி ஒன்றும் தணிந்துவிடவில்லை.

“போய்ப் பார்த்துட்டு வரேன், அவர் பேரென்ன? பரமேச்வர பந்துலுதானே?”

“ஆமாம்.”

“இத்தனை நாழி வந்திருப்பார். மூணரை மணி வண்டியிலே வரேன்னு சொன்னாராம்.”

“அப்படீன்னா வந்திருப்பார்.”

“அப்ப, வரட்டுமா?”

“சரி.”

கிழவரைப் பார்த்துப் பரிதாபப்படாமல் என்ன செய்ய? ஊர் அப்படிப்பட்ட ஊர். அதிசயப் பிறவிகள். கடவுள் கிராமத்தையும், மனிதன் நகரத்தையும் பிசாசு இரண்டுங் கெட்டானான பஞ்சாயத்து டவுனையும் படைத்தார்களாம். அந்தப் பேய் படைத்த பஞ்சாயத்து டவுன் இது. தண்ணீரைப் பால் என்று விற்பார்கள். கடைத்தெருவில் கடுகு, கர்ப்பூரம் பட்ட பாடுபடும். காய்கறி கஸ்தூரி. நெல் வாங்க ஒரு மரக்கால்; விற்க ஒரு மரக்கால். பாடல் பெற்ற ஸ்தலம் என்று பெயர். ஆனால் கோயிலுக்கு எதிரே உள்ளவர்களே அதைத் திரும்பிப் பார்ப்பதில்லை. கோயிலின் கண்டாமணிக்கும் ரைஸ்மில்லின் சங்கிற்கும் வேறுபாடு அறியாத செவிகள். கோயில் பிரகாரத்துப் புதர்களில் தூண் தூணாகச் சுருண்டு கிடக்கும் சர்ப்பங்கள் தாம் அந்த மணி ஒலியின் அதிர்ச்சியை உணர்ந்து சலசலக்கும். மனிதர்கள் வராததனால் சர்ப்பங்கள் அங்கு குடிபுகுந்தனவோ! அல்லது மனிதர்களை வேண்டாமல்தான் சிவனார், மேலிருந்த அரவுகளைக் கழற்றிக் கோவில் காவலுக்கு விட்டுவிட்டாரோ? அந்தப் பரம்பொருளைத்தான் கேட்க வேண்டும். பகல் வேளையில் வாசலில் வந்தால் நிலக்காரர்கள் நாகரிகம் அற்ற பாஷையில் உழைக்கிறவர்களைத் திட்டிக் கத்தும் அவச் சொற்கள். சூரியன் மறைந்த கணமே உறக்கமும் ஊரில் வந்துவிடும். ஏழு மணிக்கே தெருவில் மனித அரவம் ஓய்ந்து, வீடுகள் அனைத்தும் படுக்கை அறை விளக்குகளின் இருட்டில் ஆழ்ந்துவிடும். நாய்கள்கூடக் குரைப்பதில்லை. மனிதன் நடந்தால்தானே, அதற்கும் சொரணை இருக்கும்?

போன கோடையில் நரஹரிராவ் பட்டபாடு எனக்கல்லவா தெரியும்? அவருடைய இரண்டரை வயசுக் குழந்தை இறந்து விட்டது. மனைவி பிரசவித்து மூன்று நாள் ஆகாமல் அறையில் கிடந்தாள். குழந்தையின் உடலைப் போட்டுக்கொண்டு காத்துக்கிடந்தார் மனிதர். ஏன் என்று கேட்க ஆளில்லை. அவர் தகப்பனார் காலத்தில் அந்தக் குடும்பத்தை அண்டிப் பிழைத்துப் பெரிய மனிதரானவர்கள் எட்டிக்கூடப் பார்க்க வில்லை. கடைசியில் மானத்தைவிட்டு சிநேகிதர்களுக்குச் சொல்லி அனுப்பினார் மனுஷர். சிநேகிதர்கள் மனிதர்களாக இருந்தால்தானே வர? கடைசியில் ஊருக்குப் பிழைக்க வந்த எனக்குச் சொல்லி அனுப்பினார். நான் போய்க் குழந்தையை இடுகாட்டிற்கு எடுத்துச் செல்ல வேண்டியிருந்தது. “ஸார்,

நீங்கதான் சார் காப்பத்தணும்!" என்று நரஹரி என்னைக் கண்டமாத்திரத்தில் ஹோவென்று கதறிவிட்டார். தலைமுறை தலைமுறையாக இந்த ஊரிலிருந்து கொட்டை போட்ட வம்சத்தில் வந்தவருக்கு இந்த மரியாதை. கிழவர் எந்தத் தேரை நிலையிலிருந்து கிளப்பப் போகிறார் என்று புரியவில்லை.

பரமேச்வர பந்துலுவைப் பார்க்கப் போகிறாராம்! பரமேச்வர பந்துலுவை! ஒரு வருஷம் பந்துலுவின் அடுத்த வீட்டுக்காரனாக நான் குடியிந்திருக்கிறேன். பந்துலுவுக்கு பத்து வேலி சொச்சம் நிலம் உண்டு எல்லாம் வட்டிக்கு விட்டுச் சுயார்ஜனம் செய்த சொத்து. பிள்ளை குட்டி கிடையாது. துன்மார்க்கத்தில், சொத்துக்கு மேல் சீக்குகளையும் சம்பாதித்துக் கொண்டுவிட்டார். வர்ஜ்யா வர்ஜ்யம் இல்லாதவர். அழகு, கோரம், வயசு, உறவு — இந்தப் பேதங்கள் அவருக்கு ஸ்திரீ விஷயத்தில் கிடையாது. விடிந்தது முதல் இருட்டுகிறவரை திண்ணையில் உட்கார்ந்து ஆட்களை நாயாகக் குரைத்துத் தள்ளிக்கொண்டிருப்பார். தெருவில் போகிற பெண்கள், வயசான ஸ்திரீகள் எல்லோரும் அந்த வசவுகளைக் கேட்டுக் குன்றிக் குன்றி, கடைசியில் பழகிப் போய்விட்டார்கள். ஒரு வார்த்தை யாரும் எதிர்த்துச் சொல்ல முடியாது. சொன்னவர் வீட்டில் இரவில் கல் வந்து விழும். வேலைக்காரப் பையன்கள் வாழைமட்டையாலும், புளியங்குச்சியாலும் வாங்குகிற அடியும் அலறும் ஓலமும் வீறலுந்தான் எனக்குக் காலையில் பள்ளியெழுச்சி பாடும். பிச்சைக்காரர்களுக்கு இந்த அடி சர்வ சாதாரணம். இந்தப் புண்ணியாத்மாவைத்தான் காணப் போகிறார் கிழவர். முன்னாலேயே தடுத்திருக்கலாம். ஆனால் இந்த மாதிரி புத்திமதிகள் உத்ஸாகபங்கம் செய்கிற மாதிரிதான் படும். சுய அநுபவத்தில்தான் யாருக்கும் தெரியக்கூடிய விஷயங்கள். மேலும் பந்துலு ஸ்வயம் பிரபு. நாம் சொன்னதற்கு மாறாக, கம்ஸனுக்குக் கருணை பிறந்தது போல, நல்ல புத்தி தோன்றிக் கிழவரைக் கடாட்சித்தால் நாம் முகத்தை எங்கே கொண்டு வைத்துக்கொள்வது? அதனால் எல்லாம் விதிப்படி நடக்கும் என்று சித்தர்களின் போக்கில் சும்மா இருந்துவிட்டேன்.

கிழவர் — கோயம்புத்தூர்க் கிழவர் — காவேரி டெல்டாவில், கலையும் கபடும், தர்மமும் தடித்தனமும் கைகோத்து வளர்ந்த பிரதேசத்தில் வந்து, தம் சாமார்த்தியத்தைக் காட்டப் போகிறாராம்! ஈச்வரா!

ஆறுமணிக்குத் திரும்பி வந்தார் கிழவர்.

"என்ன, பார்த்தேளா?"

"பார்த்தேன், வந்தேன்."

"என்ன சொன்னார்?"

"திண்ணையிலே உட்கார்ந்து யாரோ ஆளிடம் பேசிக் கொண்டிருந்தார். போய் நின்னேன். யாரதுன்னு அதட்டல் போட்டார். எல்லாத்தையும் சொன்னேன். கேட்டுண்டார். கடைசியில், 'மனுஷனுக்கு இருக்கிற பிடுங்கல் போராதுன்னு வந்தீரோ? கதை சொல்றாராம்! கதை! அதெல்லாம் ஒண்ணும் நடக்காது. போம். ஏன் உட்காந்துக்கிறீர்? ம்ம், போகலாம்!' அப்படீன்னு ரத்னச் சுருக்கமா அநுமதி கொடுத்துவிட்டார்" என்று சிரித்தார் கிழவர். எல்லாவற்றையும் கபளீகரம் செய்து ஜீரணிக்கிற சிரிப்பு அது. கல்லினுள் தேரைக்கும் பாலைவனத்து ஈச்சைக்கும் பால் வார்க்கிறவனை நம்பிப் பிழைக்கிற சிரிப்பும்.

"நான் முன்னாடியே சொல்லலாம்னு நெனச்சேன்" என்று ஆரம்பித்தேன்.

"நீங்க சொல்லி நான் கேட்கப்போறேனா? நானே நேரே போய்ப் பார்க்காதவரை எனக்குத் திருப்தி வராது. பாத்தாச்சு; தீந்துபோச்சு. 'காலோ ஹய்யம் நிரவதி: விபுலாச ப்ருத்வி'ன்னு பவபூதி சொன்னான். காலம் நீண்டு கிடக்கு. இவன் இல்லாட்டா வேறே யாராவது நம்மைக் கேட்கிறதுக்கு இல்லாமலா போயிடப்போறான்? நான் போன நேரம் அது!" என்று தாமே முடித்துவிட்டார் கிழவர்.

சிறிது நேரம் கழித்து நான் சொன்னேன், "இந்தக் கிராமங்களில் இப்போது ஒன்றும் கிடையாது. சங்கீதம், கலைகள், தர்மபுத்தி, பணத்தைத் தவிர இந்த ஜன்மத்தில் வேறு சில விஷயங்களும் உண்டு என்கிற நினைப்பு எல்லாம் இப்போது பம்பாய், மதராஸ் என்று பட்டணங்களைப் பார்க்கக் குடிபோய்விட்டன. இந்தக் கிராமங்களில் வம்பு, துரகங்காரம், அசூயை, கபடம், அறியாமை இவைகளைத் தவிர ஒன்றும் இல்லை. தாங்களும் ஒன்றும் செய்யமாட்டார்கள்; பிறர் ஏதாவது செய்தால் நொட்டை சொல்லாமலும் இருக்க மாட்டார்கள். அவனுக்கு என்ன தெரியும், இவனுக்கு என்ன தெரியும் என்று வீட்டை விட்டு வெளியே வராமலே உலகத்தை அளந்துகொண்டிருப்பார்கள். முன்னேயும் போகவிட மாட்டார்கள். பின்னேயும் போகவிட மாட்டார்கள். இந்தக் கிராமங்களைக் கரையேற்ற யாராவது அவதார புருஷன் வந்தால்தான் உண்டு."

"அப்படிச் சொல்லிப்பிடறதா? கிராமங்கள்ளேயும் பெரிய பெரிய மகான்களெல்லாம் இருந்திருக்கா."

"கிராமத்தை விட்டு வெளியே போன அப்புறந்தான் அவர்கள் பெரியவர்கள் ஆகியிருப்பார்கள். இங்கேயே இருந்துண்டு பெரியவர்களாக ஆகியிருக்கவே முடியாது. நாகரிகம் என்ற சொல்லே நகரத்திலிருந்து வந்ததுதான். என்றைக்குமே கிராமங்களெல்லாம் இப்படி வீண் விறைப்பும் அறியாமையும் நிறைந்துதான் இருந்திருக்கும்னு தெரிகிறது. இப்ப இன்னும் ரொம்ப மோசமாப் போயிட்டுது. கருணை, பிறருக்கு உதவி செய்கிறது இதெல்லாம் வற்றிவிட்டது. பட்டணத்திற்குக் குடிபோய்விட்டது. நீங்க என்னன்னா இங்கே வந்து காலக்ஷேபம், சங்கீதம் என்று சொல்றேள். கல்லிலே நார் உரிக்கிற சங்கதி இது."

"நீங்க சொல்றது சரி. இருந்தாலும் எனக்கு அப்படித் துப்புரவா நம்பிக்கை அத்துப் போயிடலை. நானும் இப்படிப் பாத்துண்டு வரத்துனாலே சொல்றேன். நல்ல விஷயங்களைக் கேக்கணும், பாக்கணுங்கிற ஆசை இங்கேயும் இருக்கு. ஆனால், இருக்கிறது அவர்களுக்கே தெரியலை. இருக்குன்னு ஒருத்தர் காமிச்சுப்பிட்டா அப்புறம் பிடிச்சுக்கும். அதுக்குத்தான் காலக்ஷேபம், கதை, ஸத்ஸங்கம் இப்படியெல்லாம் வச்சிருக்கா" என்று விடாப்பிடியாகப் பேசினார் கிழவர்.

"ஸார்" என்று நடையில் குரல் கேட்டது.

"யார்?"

ஒரு பையன் வந்து நோட்டீஸ் ஒன்றைக் கொடுத்துவிட்டுப் போனான். வாசித்தேன். என் கட்சிக்குப் பலம் இருந்ததால் சிரித்துக்கொண்டேன். "என்ன நோட்டீஸ் அது?"

"ஸத்யபாமா குறுக்கு எழுத்துப் போட்டியில் இந்த ஊர் ஹோட்டல்காரப் பையன் ஒருத்தனுக்கு முப்பதாயிரம் பரிசு விழுந்திருக்காம். அதுக்கு ஒரு பாராட்டுக் கூட்டமாம்."

"பேஷ்! நல்ல அதிருஷ்டசாலி!"

"ஒரு காலேஜ் பிரின்சிபால் வந்து அந்தச் 'செக்'கை அவனுக்குக் கொடுக்கப்போறாராம். நாளைக் காலமே இந்த உத்ஸவம். இதைத்தான் சொன்னேன். கம்பன், வால்மீகி, தியாகராஜ கீர்த்தனம் இந்த மாதிரி பெரிய முதல்போட்டுச் சரக்கைத் தெருத் தெருவா, ஊர் ஊரா போய் விற்று முதல்செய்ய அலையறேளே! இங்கே பாருங்கோ, எதுக்குப் பாராட்டுக் கூட்டம் நடக்கிறதுன்னு."

நன்கு இருட்டிவிட்டது. கிழவர் சாப்பிடுவதற்காக, தாம் தங்கியிருந்த தாசரதி வீட்டுக்குப் போனார். நானும் சாப்பிட்டு

விட்டுக் காற்றாடப் போய்விட்டுத் திரும்பியபோது என் மேஜைக்கு அடியில் ஒரு பெட்டி, படுக்கை, ஒரு பட்டு உறையில் மூடிய சுருதிப்பெட்டி மூன்றும் இருந்தன.

"இது ஏதும்மா?"

"அந்தக் கிழவர் தாண்டா வச்சார். தாசில்தார் வீட்டிலே ராத்திரி எல்லாரும் மதராஸ் போறாளாம். அதுக்காக இங்கே வக்கிறேன்னார். திண்ணையிலே படுத்துக்கலாமான்னு கேட்டார். சரீன்னேன். வச்சார்."

"எங்கே அவர்?"

"நாகமணியைப் பார்க்கப் போறேன்னு போயிருக்கார்."

"பாவம், தள்ளாத வயசு, தானாப்போய், எனக்கு அது தெரியும், இது தெரியும்னு சொல்லிப் பிழைக்க வேண்டியிருக்கு. நன்னாப் படிச்சவர். பேச்சும் ரஸமாயிருக்கு. யாருக்கோ முப்பதாயிரம் ரூபா பிரைஸ் விழுந்திருக்காம். ஒரு துரும்பைத் தூக்கி அந்தண்டை போடாமல் ஆயிரக்கணக்கில் அடிச்சுட்டான். அதுக்குப் பாராட்டு என்ன? இந்த லோகத்திலே விவேகம், தராதரம் ஏதாவது இருக்கா, பாத்தியாம்மா? ஞானத்தைக் கரைச்சுக் குடிச்சுப்பிட்டு இதோ இதோன்னு சொல்லக் காத்திண்டிருக்கார் ஒருத்தர். கேட்க ஆளைக் காணோம்."

"இந்தக் காலத்துக்குப் புராணமும் காலக்ஷேபமும் போராதுன்னு தோணறது. சும்மா உட்கார்ந்திருக்கிறவனுக்கு இத்தனை பணம் வரதுன்னா, காரணம் இல்லாமல் வராது. அவன் ஏதோ நல்ல காரியம் எப்பவோ எங்கேயோ செய்திருக்கணும். கர்மாவாவது மண்ணாவதுன்னு சொல்ற ஜனங்களுக்கு இதைவிடத் தீர்மானமா யார் உபதேசம் பண்ண முடியும்?"

"அப்ப இந்தச் சூதாட்டமெல்லாம் வேணும்னு சொல்லு."

"நான் வேணும்னு சொல்லலே. ஜனங்களுக்கு அது ஒரு பத்தி சொல்லிக் கொடுக்கிறதோல்லியோ? அதைத்தான் சொல்றேன்."

"அதெல்லாம் இல்லேம்மா. ஜனங்கள் எல்லாரும் நாலணாவைப் போட்டு நாலாயிரம் ஐயாயிரம் சம்பாதிக்க ஆசைப்படறதுன்னா அதுக்கு என்ன அர்த்தம்? ஏதோ ஒரு நிராசை தேசம் முழுக்கப் பரவியிருக்கு. நியாயமான வழியிலே சம்பாதிக்க வழியில்லே. கை உழைச்சுச் சம்பாதிக்கிறதுங்கிறது சாத்தியமான காரியமா இல்லை. உழைப்புக்குப் பலனில்லை. அதாவது இவா ஆசையெல்லாம் திருப்தி பண்ணுகிற அளவுக்கு உழைப்பினாலே சம்பாதிக்க முடியலை. அதுதான் இப்படிக்

குறுக்கு வழியிலே இறங்கிவிட்டது ஜனங்கள். நாலாயிரம் ரொக்கமா விழுந்தால் இத்தனை நாளாப் பட்ட சின்னக் கடன்களை அடைக்கலாம்; ரேடியோ, கடிகாரம், நகையெல்லாம் வாங்கலாம்."

"இந்த மாதிரி கண்டான் முண்டான் சாமானுக்கெல்லாம் ஆசைப்படாமெ இருந்தா, உழைச்சுக் கிடைச்சதை வச்சுக்குமோல்லியோ ஜனங்கள். நாலு காசைத் தொலைச்சாவது புத்தி வரட்டுமே ஜனங்களுக்கு? இதுவும் ஒரு சிக்ஷைதானே?" என்று அம்மா தன் பிடியை விடாமல் பேசிக்கொண்டிருந்தாள்.

கிழவர் வந்துவிட்டார். நாகமணியைப் பார்த்தாராம். நாளை இரவு பெருமாள் கோயிலில் ஒரு பக்த மகாசபை தொடங்கப் போவதாகவும் அதைத் திறந்து வைக்க ஒரு பார்லிமென்ட் அங்கத்தினர் வரப்போவதாகவும் சொன்னாராம். கூட்டம் முடியப் பத்துமணி ஆகுமாம். அதற்குப் பிறகு கிழவரைக் கதை சொல்லச் சொன்னாராம்.

"நாகமணி மனசு வச்சால்தான் உண்டு; வச்சுட்டார்" என்றேன்.

"அது சரி; அதிலெ ஒரு கஷ்டம் இருக்கு. கூட்டம் முடியப் பத்துமணி ஆகும் என்கிறார். பார்லிமென்ட் மெம்பர் வரப் போறவர். ஆடம்பரம் கொஞ்சம் கூடத்தான் இருக்கும். ஒன்பது பத்துன்னு பதினொரு மணி ஆயிடும். அப்புறம் நம்மை யார் சீண்டப் போறா? பெருமாள்தான் நம்ம காலக்ஷேபத்தைக் கேக்கணும். அதனாலே நாளைக்கும் இல்லேன்னு தான் அர்த்தம் அதுக்கு. நான் ஒண்ணு யோசிச்சிண்டிருக்கேன். நாளைக்கோ ஏகாதசி. ஏதாவது சொல்லித்தான் தீர்க்கப் போறேன். பக்கத்திலே செவ்வாய்ப்பாடின்னு ஒரு ஊர் இருக்காமே. அங்கே ஒருத்தருக்கு லெட்டர் வாங்கிண்டு வந்திருக்கேன். காலமே அங்கே புறப்பட்டுப் போய்ப் பார்க்கறேன். நாளானிக்கி இந்த ஊரை வச்சுக்கறது" என்றார் கிழவர். தீர்மானம் தொனித்தது குரலில். திண்ணையில் படுத்திருந்துவிட்டு, விடியற்காலையிலேயே காபியைக்கூட எதிர்பார்க்காமல் கிளம்பிப் போய்விட்டார்.

கிழவர் சொன்னது சரியாய்த்தான் இருந்தது. அன்றிரவு பக்த மகாசபையைப் பார்லிமென்ட் மெம்பர் வந்து வெகு அழகாகப் பேசி ஆரம்பித்துவைத்தார். அவர் பேசி முடிக்கும் போது கிட்டத்தட்டப் பன்னிரண்டு மணி ஆகிவிட்டது. அந்த மனுஷ்யரைத் தவிர வேறு யார் பேசியிருந்தாலும் அது தாலாட்டாகத்தான் இருந்திருக்கும். கிழவரின் முன் யோசனையை நினைத்து வியக்கத்தான் வேண்டும்.

“என்ன, உங்க பிள்ளை இருக்காரா?” என்று காலை எட்டு மணிக்குக் குரல் கேட்டது.

“இருக்கான். என்ன சேதி? ஏதாவது நடந்துதா?” என்று அம்மா கேட்டாள்.

நான் உள்ளேயிருந்து வந்தேன்.

“போனேன். நான் லெட்டர் வாங்கிக்கொண்டு போனேனே. அந்த ஆசாமி ஊரிலே இல்லை. அவருக்கு நூறுவேலிக் குடித்தனமாம். அவர் சம்சாரம், ஊஞ்சல் பலகையில் உட்கார்ந்திருந்தாள். யாருன்னு உட்காந்தபடியே கேட்டாள். லெட்டரைக் கொடுத்தேன். வாசிச்சுப் பார்த்தாள். ‘அவர் ஊரிலே இல்லை. நாலு நாள் ஆகும் வர. நீங்க காத்திருந்து பிரயோஜனமில்லை. வேணும்னா ஒருவேளை சாப்பிட்டுவிட்டுப் போங்கோ’ என்றாள். என்ன செய்யறது? சாப்பிட்டேன். ஒரு முடிவுக்கு வந்தேன். ஒவ்வொரு வீடாப் போனேன். இன்னிக்கி ஏகாதசி, கோயில்லே ஏதாவது சொல்லலாம்னு உத்தேசம்னு என் பிரதாபங்களையெல்லாம் சொன்னேன். நீங்க காலணா கொடுக்க வேண்டாம். வந்து வெறுமே கேட்டால் போரும்னு சொல்லிப்பிட்டு வந்தேன். ஈச்வரீன்னு அம்பாள் தலையிலே பாரத்தைப் போட்டுப்பிட்டு ராத்திரி ஏழு மணிக்கு சுருதிப்பெட்டியும் ஜால்ராவுமாக உட்கார்ந்துண்டேன். ஜணஜணஜணஜணன்னு தட்டினேன். ஊரிலே நாற்பது வீடாம். புருஷர்களில் நாலு பேரும் ஸ்திரீகள் அஞ்சு பேரும் வந்திருந்தா. இதுவே பிரளயம்னு நெனச்சிண்டு ருக்மாங்கத சரித்திரம் சொன்னேன். உங்களைப்போல ஒரு அசடு, சிறு பையன்தான், நடுவிலே எழுந்துண்டு போனான். ரெண்டு ரூபாயைக் கொண்டு வந்தான். மத்தவாளும் காலும் அரைக்காலுமா ஒண்ணேகால் ரூபாய் போட்டார்கள். மூணேகால் ரூபாயை இடுப்பிலே சொருகிண்டு வந்துட்டேன். அதுதான் சமாசாரம். ஆச்சா? ரெண்டுமணி நேரம் சொன்னேன். எனக்குப் பணத்தைப்பத்திக் கவலையில்லெ. நல்லநாள் வீணாப் போகாமல் நாலு நல்லவார்த்தை சொல்லி, நல்ல போது போச்சே, அதுவே எனக்குப் பரம லாபம்” என்று திருப்தியாகப் பேசினார் கிழவர்.

மத்தியானம் நாகமணியைப் பார்த்துவிட்டு வந்தார். நாகமணி பம்பாய் போகிறாராம். கடைசி நம்பிக்கை, தர்மத்தின் ஒரே ஒரு தூண், நகர்ந்துவிட்டது. கிழவர் சளைக்கவில்லை. வெயில் முழுவதையும் தலையில் வாங்கிக்கொண்டு யார் யாரையோ பார்த்துவிட்டு வந்தார். இருட்டுற நேரத்திற்கு வந்தார். “ஒரு ஒத்தாசை நீங்க செய்யணுமே” என்றார்.

“என்ன ?”

“ஒண்ணும் இல்லே. உங்க திண்ணையிலேயே காலக்ஷேபத்தை வச்சுக்கலாம்னு உத்தேசம். கோயில் மானேஜர் ஒரு நூறு பவர் பல்பு கொண்டுவந்து போட்டுடறேன்னு சொன்னார். உங்க வீட்டுப் ப்ளக்கிலே சொருகிக்கணும் அதை. கரன்டுக்கு ஆகிற சார்ஜை நான் கொடுத்துடறேன்.”

எனக்கு என்ன சொல்வது என்று புரியவில்லை. தொண்டை தழுதழுத்தது.

“பரவாயில்லை, நானே கொடுத்துடறேன்” என்றேன்.

“ரொம்ப சந்தோஷம்.”

தாமே ஒரு படத்தை எடுத்துத் திண்ணையில் வைத்தார் கிழவர். அம்மா ஒரு குத்து விளக்கை ஏற்றி வைத்து, அவசர அவசரமாக ஓடிப்போய், பழம், சூடம் எல்லாம் வாங்கி வந்தாள்.

முதலில் வந்த ஆளைப் பார்த்து என் கண்களையே நம்ப முடியவில்லை. சத்தியபாமா குறுக்குப் போட்டியில் முப்பதாயிரம் பரிசு வாங்கின ஹோட்டல் பையன் நாராயணன் வந்தான். அவனைச் சேர்ந்த சக தொழிலாளிகள் முப்பது பேர்.

“வரணும் வரணும்” என்று வரவேற்றார் கிழவர்.

“முன்னாடியே தெரியுமா என்ன?” என்று கேட்டேன்.

“சாயங்காலம் பெரியவர் வந்தார் வீட்டுக்கு. கதை நடக்கிறது, அவசியம் வரணும்னார்” என்று சிரித்தான் அவன்.

“மகாலக்ஷ்மி கடாக்ஷத்தை அடைஞ்சிருக்கார் பையன். நல்ல குணம். பரம சாந்தர். போய், சமாசாரத்தைச் சொன்னேன். கட்டாயம் வரேன்னு சொல்லிப்பிட்டார். யாருக்கும் வரும் மனசு?” என்று கிழவர் ஸ்தோத்திரம் செய்து தள்ளிவிட்டார்.

எள் போட்டால் எள் விழாத கூட்டம். அதாவது நாற்பது பேர் சேர்ந்தாற்போல இத்தனை ஜனங்களை ஒரே இடத்தில் இந்த ஊரில் நான் பார்த்ததில்லை. கிழவருக்கு உத்ஸாகம் தாங்கவில்லை. ஜாலரை உடைய உடையத் தட்டினார். நடுங்கும் குரலைச் சுருதியில் சேர்க்க முயற்சிகளெல்லாம் செய்தார். வயசுக்கும் அவருக்கும் ஏற்பட்ட அந்தப் போராட்டத்தில் மாறி மாறி இருவரும் ஜயித்தும் தோற்றும் வந்துகொண்டிருந்தார்கள்.

ஹோட்டல் நாராயணன் பிரமாதமாக ரஸித்துக் கொண்டிருந்தான்; மற்ற ஜனங்கள் அவனைப் பார்த்து

வியந்துகொண்டிருந்தார்கள். கிழவரின் ஹாஸ்யம் படீர் படீர் என்று சிரிப்பாக வெடித்துக்கொண்டிருந்தது. என்ன அறிவு! என்ன அநுபவம்! நவரஸங்களில் ஒன்றைக்கூடக் கிழவர் விட்டுவைக்கவில்லை. ஹோட்டல் நாராயணனை மகிழ்விக்க அவர் போட்ட திட்டம் வெற்றியடைந்துவிட்டது.

ராமனைக் காடுவரையில் கொண்டுவிட்டபோது மணி பதினொன்று கிழவருக்கு இரைத்தது; சிரமப்பட்டார்.

"என்ன? ரொம்ப நாழியாயிடுத்து. இனிமே பாதுகா பட்டாபிஷேகம் சொல்றதுன்னா ரெண்டு மணி ஆகும். பரதன் வரணும், கைகேயியைக் கோவிச்சுக்கணும், வசிஷ்டரைக் கோவிச்சுக்கணும், சித்ரகூடத்துக்கு எல்லோரையும் அழைச்சிண்டு போகணும், ஜாபாலி நாஸ்திகம் பேசறார் எல்லாம் ரசமான விஷயம். சொல்றதுன்னா ரெண்டுமணி ஆகும். ரொம்ப அகாலமாயிடும் என்ன செய்யலாம்? சொச்சத்தை நாளைக்கு வச்சுக்கலாமா?"

எல்லோரும் தயங்கினார்கள். நானும் தயங்கினேன். மென்று விழுங்கினேன்.

"என்ன? சொல்லுங்கோ. நாழியாச்சு. நிறுத்திண்டு நாளைக்குச் சொல்லலாமா? இல்லை. அரை மணியிலே காமா சோமான்னு ஒப்பேத்திடறதா?" அரை நிமிஷம் மௌனம். சுருதிப்பெட்டி மட்டும் ரீங்கரித்துக்கொண்டிருந்தது.

"என்ன, நாராயணையர்வாள்? என்ன செய்யலாம்" என்றார் கிழவர்.

நாராயணன் என்னைப் பார்த்தான். நான் அம்மாவைப் பார்த்தேன். அம்மா மூக்குக் கண்ணாடியைத் தூக்கித் தூக்கி விட்டுக்கொண்டு மனத்தில் உள்ளது என்னவென்று கண்டுபிடிக்க முடியாமல் என்னைப் பார்த்தாள்.

"சரி பெரியவா, நாளை ராத்திரி நம்மவீட்டுத் திண்ணையிலே பாக்கிக் கதையைச் சொல்லி முடிச்சிப்பிடணும்" என்று வேண்டிக்கொண்டு ஹோட்டல் நாராயணன் மறுபடியும் கூட்டத்தைப் பார்த்து, "நாளைக்கு நம்மவீட்டுத் திண்ணையில் பாதுகா பட்டாபிஷேகம். எல்லாரும் தவறாமல் வந்து என்னை ஆசீர்வாதம் செய்யணும். பெரியவர்களையும் கௌரவிக்க வேணும்" என்று உரக்க வேண்டிக்கொண்டான்.

"பேஷ், ஓய் நாராயணையர். நீரும் பரதன் மாதிரி மகாயசஸ்வியாக விளங்கப் போகிறீர். அடுத்த வருஷம் நான்

வந்து பார்க்கிறபோது நீர் பிரம்மாண்டமா ஒரு ஹோட்டலுக்கு முதலாளியாக இருந்து வைரக் கடுக்கனும் தங்கச் சங்கிலியும் லக்ஷ்மி விலாசம் பொங்கப் பொங்க, தர்மவானாய், கீர்த்திமானாய் விளங்கணும்.”

“எல்லாம் பெரியவா அருள்தான்” என்று ஒரு பத்துரூபாய் நோட்டை அவருடைய காலடியில் வைத்துச் சாஷ்டாங்கமாக வணங்கினான் நாராயணன்.

“தீர்க்காயுஸா இருக்கணும். உத்தமமான ப்ரகிருதி. பாத்தேளா ஸார், குணத்தை! என்ன மனசு! என்ன அடக்கம்” என்று என்னைப் பார்த்து மந்தஹாஸம் செய்தார் கிழவர். பவபூதியைத்தான் அந்தப் புன்முறுவலில் பார்க்க முடிந்தது. அந்தப் பவபூதி இவ்வளவு சாமர்த்தியசாலியா என்ன?

***கலைமகள்*, ஏப்ரல் 1954**

தேவர் குதிரை

அதோ மேய்கிறதே, சிவப்பாக, குட்டையாக, அதுதான் தேவர்வீட்டுக் குதிரை. ஆனால் வயல் தேவர்வீட்டு வயல் அல்ல. பஞ்சாயத்துப் போர்டு தலைவர் கண்ணுசாமியின் சொத்து. வெறும் வயல் அல்ல. பசபசவென்ற இளம் பசும் நாற்றுக்கள். காலை இளங்காற்றில் சிலிர்க்கும் நாற்றங்கால். குதிரை மடுக் மடுக்கென்று பச்சைக் குழந்தையை முறிக்கிறது மாதிரி, நாற்றை முறித்துத் தின்றுகொண்டிருந்தது. உடையவன் கண்டால் வயிறு எரிவான், யார் கேட்பது?

கோயில் காளை என்று சொல்வது உண்டு. அப்பாமங்கலத்தில் கோயில் இருந்ததே ஒழிய, அந்தக் கோயிலுக்குக் காளை இல்லை. ஆனால் கோயில் காளைகள் ஊருக்குப் புரியும் பணியை, தேவர் குதிரை செய்துவந்தது. இஷ்டப்படி மேய்ந்து ஊரை அழித்தது; அடக்க ஆளில்லை.

"டலே. யாரைக் கேட்டு உள்ளே வந்தே? தேவர் வீட்டுக் குதிரைன்னு எண்ணம்போல் இருக்கு! உடம்பையும் தேவர் வீட்டுக் குதிரை மாதிரி மனம் போனபடி வளத்திருக்கே. புத்தியையும் கொஞ்சம் அப்படி வளக்கிறதுதானேடா!" என்று ஒரு வாத்தியார் பள்ளிக்கூடத்தில் சத்தம் போட்டாராம், ஒரு பையனைப் பார்த்து. அவர் இதை இரண்டு மூன்று தரம் சொல்லி, பிறகு செய்தி ஊருக்குள் பரவ ஒரு மாதம் ஆயிற்று. கடைசியில் தேவர் காதிலும் விழுந்து வைத்தது. தேவர் அப்போது திண்ணையில் சாய்வு நாற்காலியில் சாய்ந்திருந்தார்.

எதிர்த்திண்ணையில் சம்சாரம் அந்த மூடுபல்லக்கில் சாய்ந்து நின்றுகொண்டிருந்தாள்.

"தேவர் ஊட்டுக் குதிரை ஊரெல்லாம் மேயுது. சேதியை வந்து முறையிட்டுக்கத்தான் ஆம்பிள்ளையைக் காணும்" என்று புன்னகை செய்தார் தேவர்.

"போவுது போங்க, இந்த மட்டாவது 'காய்தா' பாக்கி இருக்கேன்னு சிரிச்சுக்கிறீங்களாக்கும்!" என்று அர்த்தத்தோடு மட்டம் தட்டினாள் மனைவி.

"ஆமாம், அப்பாரு நாளிலே ஒரு பய செருப்பு மாட்டிக்கிட்டுத் தெருவோட போக முடியுமா? இப்ப வந்து ..."

"அதெல்லாம் போயிடுச்சு. இதாவது பாக்கி இருக்கேன்னு சொல்ல வந்தீங்க, அதானே!"

"ஆமாம்."

"போவுது போங்க. முந்நூறு வேலி வச்சு, எட்டுக்கண்ணு வீசி எறிஞ்சிட்டு, திடுதிடுன்னு ஒண்ணேகால் வேலி வரைக்கும் சரிஞ்சவங்க! பின்னை எதைக்கொண்டுதான் மனசைத் தேத்திக்கிறது!"

"ஒண்ணேகால் வேலியாய்ப் போயிட்டா என்னவாம்? எது கொறஞ்சு போச்சு? 'காய்தா' கொறஞ்சுதா, கெடி கொறஞ்சுதா? கர்வந்தான் கொறஞ்சு போச்சா? கௌரவம் கொறஞ்சு போச்சா? – சொல்லேன், சும்மா நிக்கிறியே!"

"நான் நிக்கலே; இதோ போறேன் உள்ளார. ஆனா ஒண்ணு: தேவர் வீட்டுக் குதிரையானாலும் தரும நியாயம் வேணும். அது எங்கியாவது மேஞ்சு யாராவது வயிறு எரிஞ்சாங்க, யாருக்குக் கஷ்டம்னு நாமே யோசிச்சுப் பாக்கணும்" என்று சொல்லிக்கொண்டே அவள் உள்ளே போய்விட்டாள் அவருடைய வறட்டு ராங்கியைக் கண்டு அவளுக்குப் பற்றிக்கொண்டு வந்தது.

"அதை உன் மவன்கிட்டச் சொல்லணும்? என்மேலே காயறியே? நானா குதிரைக் குட்டியைக் கொண்ணாந்தேன்? அவனல்ல வேதாரண்யக் காட்டிலிருந்து ஆசையாப் பிடிச்சுக்கிட்டு வந்திருக்கான்? எனக்கு அதும் மொவரையைக் கண்டாலே பொசபொசன்னு வருது. குதிரையாம் குதிரை! செந்தூரம் அடிச்ச கழுதையில்ல அது!" என்று உள்ளே பார்த்துச் சொன்னார் தேவர்.

தேவருடைய பாட்டனாருக்கு முந்நூறு வேலி நிலம் இருந்தது. சோழர்கள் ஆண்ட காலத்தில் படைத் தலைவர்களாக

இருந்தவர்களின் வம்சம் அது. நாயக்கர், மராட்டியர் காலத்திலும், அந்தப் பரம்பரை படைகளுக்குத் தலைமை தாங்கி நடத்தியிருக்கிறது. ஆகவே முந்நூறு வேலியும் வழிவழியாக வந்த சொத்து. இந்தப் பூச்சொத்து மூன்று கிராமங்கள் சேர்ந்தது. நடுநாயகமாக விளங்கியது அப்பாமங்கலம். இது வெறும் பட்டிக்காடு அல்ல. சோலையும் வளமும் பச்சையும் செழித்த ஊர். ஊர் அழகைக் கண்டு தஞ்சாவூர் ராஜா, கல்யாணம் என்று செய்துகொள்ளாத ஒரு 'பாய் சாகப்'பைக் கொண்டு அங்கே குடி வைத்தார். அவரைப் பார்த்து இன்னும் இரண்டு பெரிய மனிதர்கள் தங்கள் 'பாய்'களையும் கொண்டு வைத்தார்கள். 'பாய்சாகப்'களைச் சாக்கிட்டு ஊதுவத்தி வியாபாரம், பட்டு நெசவு, நகைவேலை. கடைத்தெரு, சங்கீதம் – எல்லாம் வளர்ந்தன. சுற்று வட்டத்து ஊர்களெல்லாம் தொட்டதெற்கெல்லாம் அங்கேதான் வர வேண்டும். நகை செய்ய, மாளிகைச்சாமான் போட, காய்கறி விற்பனை செய்ய, நாகஸ்வரக்காரர்களுக்குச் சொல்ல, கல்யாணப் பத்திரிகை அச்சடிக்க, கியாஸ் விளக்குக்குச் சொல்ல, ஜவுளி எடுக்க, எல்லாவற்றிற்கும் அங்கேதான் வந்தாக வேண்டும். அந்த ஊரே தேவர் சொத்து. மூவாயிரம் வீடுகளும் கடைகளும் இருக்கிற மனைகள் அவருடைய மனைகள்தாம்.

தஞ்சாவூர் அரசு வெள்ளைக்காரன் வாயில் போனதும், தேவர் குடும்பத்துக்கு அரசாங்கத் தொடர்பு அற்றுவிட்டது! 'பாய்சாகப்'களின் மூன்று நான்கு குடும்பங்களும் அவர்களுடைய பராமரிப்பில் வந்தன. அரசாங்கத் தொடர்பு அற்றுப்போனதால் மேலே சம்பாத்தியத்திற்கு வழியில்லை. இருக்கிற சொத்தைக் கரைக்கப் 'பாய் சாகப்'கள் வந்து சேர்ந்தார்கள். கணக்குப் பிள்ளைகளும் சாராயக் கடைக்காரர்களும் அவர்களோடு சேர்ந்துகொண்டார்கள். பேய் மேய்ந்த காடாகச் சொத்துச் சூறை போயிற்று. கடைசியில் நொடித்துப் போகும் நிலை வந்ததும், பழங்கணக்குப் பார்க்க ஆரம்பித்தார்கள். வீடுகளும் கடைகளும் இருக்கிற மனைக்குப் பகுதி கேட்டார்கள்.

"பகுதி கேட்க உரிமை உண்டாய்யா? சொத்து, தேவரதுதான். இல்லேன்னு சொல்லலே. என்ன இருந்தாலும் பகுதி கேக்கறது பெரியதனத்துக்குப் பொருத்தமாயில்லை" என்று அரை மனசாக முணுமுணுத்தார்கள் குடியிருப்பவர்கள்.

"வருசம் முழுக்க மனைக்கட்டுக்குக் கால் ரூவா கொடுக்க வலிக்குதோ? மூவாயிர மனைக்கு முக்கால் ஆயிரம். ஏன் உடணும்? அந்தப் பணத்திலே பத்து ஏழைப் புள்ளெங்களை படிக்க வைக்கலாம். ரெண்டு தருமம் செய்யலாமே" என்று பெரிய தேவர் உறுமினார். ஆனால் அந்த முக்கால் ஆயிரம்

தேவர் குதிரை

ஏழைக்குப் போகிறதா, 'பாய்சாகப்'களுக்கும் பிராந்திக்கும் போகிறதா என்பது அவர் சம்சாரத்திற்குத் தெரியும்.

மயிர் சுட்டா கரியாகப் போகிறது? பெண்ணும் குடியும் பறிக்கத் தொடங்கினால், வருசம் ஒரு முக்கால் ஆயிரம் எந்த மூலைக்கு? மனைகளைப் பந்தகம் வைத்தார்கள். மனம் போனபடி ஜப்திமதிப்பு என்று சொல்லும்படியான பெறுமானத்திற்குப் பத்தில் ஒன்று, எட்டில் ஒன்று என்ற தாறுமாறான விலைகளுக்கு மனைகளையும் லாபத்தையும் நிலங்களையும் விற்றுச் சீரழித்தார்கள். இந்த நடராஜத் தேவரும் நாற்பது வேலிச் சொத்திற்கு எஜமானனாக வந்து, அதையேதான் செய்தார். அவருக்குக் கடைசியில் மிஞ்சியது ஒன்றே கால் வேலியும் அந்தப் பழைய பரம்பரைவீடும் ஊருக்குக் கிழக்கே இருந்த ஓர் அல்லிக் குட்டையுந்தாம். வீடு மிகப் பெரியது. முப்பாட்டன் நாளில் பழுதுபார்த்த வீடு, இப்போது திண்ணை இடிந்து பொக்கையாகக் கிடந்தது. குதிரைக் கோச்சு நிற்கிற கொட்டகையில் ஒரு வர்ணம்செத்த அரைவண்டி குனிந்து நின்றது. பொக்கைத் திண்ணையில் ஒரு மூடுபல்லக்கு, சாம்பல் நிறத்தில் அமர்ந்திருந்தது. அது அந்த இடத்தைவிட்டுப் பெயர்ந்து ஐம்பது ஆண்டுகள் ஆகிவிட்டன. தகப்பனார் நாளில் தேவர் வீட்டுப் பெண்டுகள் அதில்தான் போவார்களாம். அப்பொழுதெல்லாம் அவர்கள் 'கோஷா'வாக இருந்தார்கள், தஞ்சாவூர்ப் பாய்சாகப்புகளைப் பார்த்து. இப்போது தேவர் மகன் தியாகராசன் குளிர் மழைக் காலங்களில், தோன்றிய நாட்களில் படுத்துக்கொள்ளும் பள்ளி அறையாக அதைக் கொண்டுவிட்டான். அல்லிக் குளத்தில் இப்போது அல்லி முளைக்கவில்லை. கோரை மண்டிக் கிடந்தது. ஊரார்கள் அதை நாற அடித்தார்கள். தண்ணீர், கடுக்காய்க் கஷாயத்தைப்போல் ஒரு சிவப்பு அல்லது இனம்தெரியாத வர்ணத்துடன் வானத்தின் கண்ணாடியாக விளங்கி வந்தது.

தேவருக்குச் செல்வாக்கு இன்னும் மங்கிவிடவில்லை. திருவாரூர் மன்னார்குடி, தஞ்சாவூர்த் தேர்களை இழுக்க அவர்தாம் ஆயிரக்கணக்கில் ஆள் அனுப்புவார். விரல் அசைத்தால் ஆயிரம் ஆட்களைக் கூட்டும் 'கெடி' இன்னும் இருந்தது. அந்தக் குடும்பத்தின் பழமைக்கு ஆட்கள் காட்டிய கௌரவம் அது. அடிபிடிக் கேஸ்கள், பாகப் பிரிவினைகள் பலவற்றிற்கு இன்னும் அவர்தான் மத்தியஸ்தம் செய்து வருகிறார், பெருங்காயப் பாண்டத்தில் இன்னும் வாசனை இருந்தது. ஊரில் முக்கிய விசேஷங்களுக்கு அவருக்குத்தான் முதல் அழைப்பு வரவேண்டும். செஷன்ஸ் கேஸ்களுக்கு அவர் ஜூரராகப்

போய் வருவார். அவர் செய்கிற கோயில் மண்டபப்படிகளை யாராவது அவர் பேரில் செய்துவிடுவார்கள்.

நல்லவேளையாக மதுவிலக்கு வந்தது. ஒன்றேகால் வேலி மிஞ்சிற்று. "இப்படி ஒருத்தன் கெடுபிடி செய்யாட்டி, நாமளாவா அதை நிறுத்தப்போறோம்?" என்று தேவர் சர்க்காரை வாழ்த்தினார்.

அவருக்கு ஒரே பையன் தியாகராசன். அதாவது பிறந்து, போனவர்கள் போக மிச்சம் இருப்பவன் அவன்தான். வயசு முப்பது; கல்யாணம் ஆகிவிட்டது. அவன் செய்கிற அட்டகாசம் தாங்காமல் பதினெட்டு வயசிலேயே கல்யாணம் பண்ணிவைத்தார் தேவர். நிலம், நீச்சு ஒன்றையும் கவனிக்க மாட்டான். சின்ன வயசிலிருந்து அவன் செய்யாத வேலை இல்லை. காமிரா வாங்கி வருவான். ஆறாம்நாள் அது மூலையில் கிடக்கும். பத்துப் பதினைந்து என்று பணம்போட்டு, குரோடன்ஸ் செடி வாங்கினான். இப்போது சட்டிகூட இல்லை. காடை, கவுதாரி வளர்ப்பான். புறாப் பந்தயம் விடுவான்; பாடுவான்; நாடகம் நடிப்பான். க்ஷவரக் கடையில் உட்கார்ந்து இரவு முழுவதும் பாடுவான். ஸீனியர் கேம்பிரிட்ஜ் படிக்கிறேன் என்று முந்நூறு ரூபாயைச் செலவழித்தான். மூன்று சீட்டு ஆடுவான். 'ரேக்ளா' வண்டி ஒன்று செய்தான். அதற்கு வேதாரண்யம் காட்டில் பணம் கட்டி ஒரு மட்டக்குதிரை பிடித்து வந்தான். ஆறுமாசம் அதைப் பழக்கினான். வண்டியில் கட்டி இரண்டு வாரம் ஓட்டினான். அது நன்றாகப் பழகி ஒத்துக்கொள்வதற்குள் அவனுக்கு அலுத்துவிட்டது. சிலம்ப விளையாட்டும் கொன்னக்கோலும் கற்றுக்கொள்ள ஆரம்பித்துவிட்டான்.

"ஏதுக்கடா குதிரை?" என்று தேவர் கேட்டார்.

மகன் கையை உயர்த்தித் தூண்மீது வைத்து, தலையைத் தொங்கவிட்டுத் தலையைத் தொங்கவிட்டுத் தரையைக் கீறினான்.

"குருதைமேலே ஏறிக்கிட்டுத் தாசில் பண்ணப் போறியா? ஏண்டா?"

"..."

"நீ எக்கேடு கெட்டுப் போ. ஆனா குதிரைக்குக் கொள்ளு, புல்லுன்னு ஊட்டுலேருந்து காலணா எடுக்கக்கூடாது. சொல்லிட்டேன் வேணும்னா நீ திங்கிற சோத்திலே அதுக்கும் கொஞ்சம் போட்டுக்க" என்று கண்டித்துவிட்டார் தேவர். தியாகராசனுக்கா தெரியாது, வெட்டி வீரபாகுவைத் திருட்டுத் தேங்காய் பிடுங்கச்சொல்லி விற்று, அவனுக்கு ஓர் அணாவை

தேவர் குதிரை

வீசிவிட்டு மிச்சத்திற்குக் கொள்ளும் புல்லும் வாங்கிக் குதிரையை வளர்த்தான். ஒரு ரப்பர்பூட்ஸூம் மல்ஜிப்பாவும் போட்டுக் கொண்டு இரண்டு வாரம் குதிரையைப் பூட்டி ரேக்ளா ஓட்டினான் "ஹேய், ஹேய், ஹே . . . ய்!" என்று ஏறி இறங்கும் ராயசக் குரலில் குதிரையை வெருட்டினான். நாலுகால் பாய்ச்சலில் விட்டான். ஒருதடவை குடை சாய்த்தான். மறுபடியும் ஒரு வாரம் ஓட்டினான். கடைசியில் புளிப்பு விட்டுவிட்டது. சிலம்ப வித்தையையும் கொன்னக்கோலையும் யார் கவனிப்பார்கள்!

குதிரையை இப்போது திரும்பிப் பார்க்க ஆள் இல்லை. வேளை தவறாமல் வரும் சாப்பாடு நின்றுவிட்டது. ரேக்ளாவோ மழையிலும் வெயிலிலும் மடிந்து நைந்துகொண்டிருக்கிறது. குதிரை என்ன செய்யும்? ஊர்சுற்றத் தொடங்கிற்று. உயர்ந்த பசும்புல்லைத்தான் தின்பது என்று விரதம் வைத்துக்கொள்ள முடியுமா, என்ன? யார் வாங்கிப் போடுகிறார்கள்? ஊர்ப்புல்லைத் தின்ன நூற்றெட்டு எருமையும் பசுவும் காத்திருக்கின்றன. ஆக, கண்டதைத் தின்று வயிறு வளர்க்க வேண்டியதுதான் என்று அது சங்கற்பம் செய்துகொண்டது. அந்தக் கணத்திலிருந்து அது போகாத இடமோ தின்னாத பண்டமோ கிடையாது. புறம்போக்கு, வயல்வெளி, வேலியோரம், பள்ளிக்கூடத்து விளையாடும் புல்வெளி – எங்கே பார்த்தாலும் மேய்ந்தது. புல்தான் வேண்டும் என்று நியதி இல்லையே. திண்ணைகளில் உலர்த்திய புடவை, வேட்டி, தெருவில் கிடக்கிற பழந்துணி, துடைப்பக்கட்டை, பழைய விசிறி, கறிகாய் மார்க்கெட்டில் கிடக்கிற வாழைமட்டைகள். பட்டைகள், அழுகல்கள், தோல்கள் ஒன்றையும் வர்ஜ்யா வர்ஜ்யம் இல்லாமல் ஜடபரதர்மாதிரி தின்று நாளை ஓட்டிற்று.

"தேவர் மவன் மாதிரிதான் இருக்கு குதிரையும்!" என்று, கடைத்தெரு மிலிடேரி ஹோட்டல் வாசலில் நின்ற குப்பைத் தொட்டியிலிருந்து குதிரை, இலைகளை இழுத்துத் தின்னுகையில், எதிர்த்த கடை எண்ணெய் வியாபாரம் கந்தசாமி செட்டியார் சொல்லிச் சிரித்தார்.

"அதுபாட்டுக்கு அண்டுவார் அடக்குவார் இல்லாமெ மேயுதுங்க. முந்தாநாத்து ராவ்ஜி கொல்லையிலே புகுந்து, மொளவாய்ச்செடி, கொத்தவரைச்செடி எல்லாத்தையும் அதம் பண்ணிட்டுதுங்க. எனக்கு அப்படியே கண்ணிலே ரத்தமாத்தான் வந்திச்சு. ராவ்ஜி உடைமையே அதாங்க எல்லாம்."

"கட்டிவச்சு நல்லாப் பூசை கொடுத்தா இப்படி மேயுமா? ஏண்டாய்யா?"

“அப்படித்தாங்க செய்யணும்.”

“சும்மாச் சொன்னாப் போதாது. செஞ்சு காமிக்கணும்டாய்யா; தெரியுதா?”

ஆனால் தேவர் குதிரையை அடக்க யாரும் துணியவில்லை. அசுவமேதக் குதிரையைப்போல வெற்றிவாகை சூடி, இறுமாந்து, கொழுத்துச் சென்ற அந்தக் குதிரையை அடக்க யாரும் துணியவில்லை.

காட்டாமணக்குக் குச்சியைப் பல்லால் கடித்துப் பிரஷ் செய்துகொண்டிருந்த சுப்பட்டா பார்த்தார். எருமை மாட்டைப் போல் உளையில் இறங்கி, நாற்றுகளை முடுமுடுவென்று கடித்துக் கொண்டிருந்தது, தேவர் குதிரை. கண்ணுசாமியின் வலதுகை அவர். அவருக்குப் பகீர் என்றது. “ஏ நாரக் களுதை, நாத்தையா பிடுங்கறே, நாசமாசப் போக!” என்று ஓட்ட ஓட்டமாக ஓடினார்.

“அண்ணா அண்ணா!”

கண்ணுசாமி கண்ணைத் திறந்து மலங்க மலங்க விழித்தார்.

“யாரது, சுப்பட்டாவா?”

“அண்ணா, வாங்க, வாங்க, எழுந்து வாங்க; பாருங்க, வயத்தெரிச்சலை!”

“என்னையா என்ன”

“தேவர் குதிரை லக்ஷ்மணன் நாத்தங்காலை மேஞ்சு அழிச்சிடிச்சு.”

“ஹா, நாத்தங்காலையா?”

“ஆமாம்.”

“அட பாவி... விரட்டினீங்களா?”

“நீங்க வந்து உங்க கண்ணாலே பாக்கணும்னு அப்படியே ஓடிவந்தேன்.”

“இந்தக் கண்ராவியை நான் வேறே கண்ணாலே பாக்கணுமா?... சரி, ராமச்சந்திரனை அழைச்சுப்போய் பவுண்டிலே கொண்டு அடையுங்க” என்று அவரை அனுப்பினார் கண்ணுசாமி.

சுப்பட்டாவும் ராமச்சந்திரனும் ஓடி விளையாடி ஒரு மணிநேரம் கழித்துக் குதிரையைப் பிடித்து, ஆசைதீரப் பூசையும் போட்டு, பவுண்டில் கொண்டு அடைத்துவிட்டு வந்தார்கள்.

நல்ல இளம் புல்லாக, பசும் புல்லாகத் தின்னத் தொடங்கிற்று, தேவர் குதிரை. ஒரு கட்டுப் புல்லு – குப்பலாக – யார் இவ்வளவு நாள் போட்டார்கள்?

நாலாம் நாள் காலையில்தான் கொல்லையில் போன தேவர் கவனித்தார். கொல்லை மூன்று நாளாகவே வெறிச்சென்று இருந்தது.

அவர் மனைவியும் அப்போது பல் தேய்த்துக்கொண்டிருந்தாள். மகன் புறாக்களுக்குத் தீனி உருட்டிக்கொண்டிருந்தான்.

"ஏண்டா, தியாகராசு, எங்கடா குதிரையைக் காணும் ரெண்டு நாளா?" என்று கேட்டார் தேவர்.

"ரெண்டு நாளாவா..?" என்று அவனும் திருப்பிக் கேட்டான்.

"என்ன, குதிரைமேலா ஐயா, புள்ளை ரெண்டு பேருக்கும் அவ்வளவு அக்கறை இப்ப? நிறையப் புல்லும் கொள்ளும் வாங்கிப் போடறமே, அதுக்காகவா? நாலு நாள் முன்னே, பஞ்சாயத்துக் கக்கூஸ் ஓரமாப் படுத்துத் தியானம் பண்ணிக்கிட்டிருந்தது. எனக்கு நாக்கைப் பிடுங்கிக்கலாம் போல இருந்திச்சு. என்னதான் செய்யறீங்க பார்ப்பம்னு இருக்கேன். இன்னிக்கி நாலா நாளு அது பவுண்டுலே பூந்து, தெரியுமா?" என்று தேவர் மனைவி கருவேலம்பட்டைப் பல்பொடி கருவட்டம் போட்டி வாயுடன் கேட்டாள்.

"என்ன, பவுண்டிலேயா?"

"ஒரேடியா அதிந்து போறீங்களே. மூணு நாளா எதையாவது கவனிக்கிறீங்களான்னுதான் நானும் பாத்துக்கிட்டிருக்கேன். நீங்க புகையிலையை கொதப்புறீங்க. அவன் ததிங்கிணத்தோம் சொல்லிக்கிட்டிருக்கான். குதிரை கண்ணுசாமி நாத்தங்காலைப் போய் அளிச்சுதாம். பவுண்டிலே கொண்டு விட்டுட்டாங்க. ஏன் விடக்கூடாதுன்னு கேக்கறேன்?"

"ஏன் நீ அப்பவே சொல்லலே?"

"நீங்க குதிரை இருக்கா செத்துதான்னு இப்பத்தானே பாக்கிறீங்க? உள்ளூர் எருமை போதாதுன்னு வேதாரண்யம் காட்டிலேருந்து குதிரை வேணுமாக்கும், ஊரை அழிச்சுப் பாவத்தைக் கொட்டிக்க!" என்று செம்பு நீரைக் காலில் கொட்டிக்கொண்டு போய்விட்டாள். அவள் பதிலுக்காகக் காத்திருக்கும் வழக்கமே கிடையாது.

தேவருக்கு ரௌத்திராகாரமாகக் கோபம் பீறி வந்தது.

“கண்ணுசாமியா கொண்டுபோய் விட்டான்?... ம்ஹ்ம்... சரிதான்!”

குதிரையைக் கவனிக்கிறாரோ இல்லையோ; பட்டியில் அது அடைபட்டது என்றதும் அவருக்கு ரோஷம் பொங்கிற்று. தம்முடைய கௌரவத்தை வேணும் என்றே குலைக்கிற ஏற்பாடு அது என்று அவருக்குப் பட்டது. அதுவும் கண்ணுசாமி என்றதும் அவருக்குத் தாங்கவே முடியவில்லை.

கண்ணுசாமி பஞ்சாயத்துப் போர்டின் தலைவர்; அதாவது ஊருக்கே தலைவர் என்றுதானே அர்த்தம். இருபத்தைந்து வருஷத்திற்கு முன்னால் ஊருக்குப் பஞ்சாயத்து நிர்வாகம் அமைக்கப்பட்டது. அப்போது தேவர் சொத்து ஒன்றேகால் வேலியாகச் சூம்பிப்போய், மூன்று நான்கு வருஷங்கள் இருக்கும். பஞ்சாயத்துப் போர்டு வந்ததிலிருந்தே தேவரை மூட்டை கட்டி மூலையில் வைத்துவிட்டார்கள். அவருடைய முதன்மை, பெருமை எல்லாம் போய்விட்டன. பஞ்சாயத்து அமைப்பு என்ற, கண்ணுக்குத் தெரிந்தும் தெரியாத அந்தப் பகையைக் கண்டு அவர் குமுறினார். ஆனால் என்ன செய்ய? கால வெள்ளம் அப்படிப் போயிற்று. தேவரின் வண்டி, வீடுகளுக்கே பஞ்சாயத்து வரி கேட்கத் தொடங்கிவிட்டது! ‘யார்கிட்ட வரி கேட்கிறது?’ என்று திகைத்துப் போய் உட்கார்ந்துவிட்டார் தேவர். அவரைக் கேட்காமலே ஊரில் எலெக்ஷன், மண்ணாங்கட்டி, தெருப்புழுதி எல்லாம் நடக்கத் தொடங்கிவிட்டன. ‘அவர் ஊரிலா’ அவருக்கு நேராகவா, அவரைக் கேட்காமலா இதெல்லாம்! சே சே!

அவருடைய தகப்பனார் காலத்தில் கார்வாரியாயிருந்த முருகப் பிள்ளையின் மகன்தான் கண்ணுசாமி. ஐந்து வகுப்புப் படித்தான். வெற்றிலைபாக்குக் கடை வைத்தான். திருநாகேசுவரம் வேட்டிகளை வாங்கி ஒரு திண்ணையில் வைத்து உட்கார்ந்தான். அது ஜவுளிக்கடையாக மாறிற்று. பிறகு மண்ணெண்ணெய் ஏஜென்ஸி எடுத்தான். மளிகைக்கடை மொத்தக் கடையாக வைத்தான். நாலைந்து லட்சம் சேர்ந்தது. காங்கிரசோடு சேர்ந்து ஜெயிலுக்குப் போனான். பெரிய மனுஷன் ஆனான். பஞ்சாயத்துப் போர்டு தலைவன் ஆகிவிட்டான். தேவர் மாதிரியே அவனும் ஒரு கோயிலுக்கு தர்மகர்த்தாவாகியும் விட்டான். தேவர் கோயில் சாமியை – குருக்கள் – தாம்புக்கயிற்றைத் தட்டில் வைத்துத் துணியால் மூடிச் சோற்றுப்பட்டை என்று ஏமாற்றினார். கண்ணுசாமி கோயிலின் சாமி, புதிதாகச் செய்த வெள்ளி ரிஷப வாகனத்திலும் கைலாச வாகனத்திலும் ஏறிக்கொண்டு, மேளக் கச்சேரியும் பாட்டுக் கச்சேரியும் கேட்டுக்கொண்டு, பதினெட்டு நாள் உத்சவத்தில் பவனி வந்தார். ஊரில் எந்தப்

பொதுக்காரியத்திற்கும் நன்கொடைக்கும் கண்ணுசாமிதான் பிள்ளையார் சுழி. கலெக்டர், விற்பனை வரி ஆபீஸர் எல்லாரும் அவன் பங்களாவில்தான் தங்குவார்கள். ஹைஸ்கூலில்கூடக் கண்ணுசாமியின் படத்தை ஸப் கலெக்டர் திறந்து வைத்துவிட்டுப் போய்விட்டார். 'நேற்றைப் பயல்! கண்ணுசாமி துளுத்துப் போகாமெ என்ன செய்வான்? குதிரையை மட்டுமா கட்டுவான்? என்னேயே, இந்த வூட்டோட பவுண்டிலே அடைச்சாலும் அடைப்பான்!' என்று தொண்டை கமறக் கத்தினார் தேவர்.

"குதிரையை அவுத்து விடறாரா, இல்லையா? கேட்டு வாடா" என்று ஆள் அனுப்பினார்.

"குதிரை பட்டியிலே இருக்கு. தீனிச் செலவைக் கட்டி அவுத்துக்கிட்டுப் போகட்டுமே" என்று பதில் வந்தது.

"நானா! நானா கட்டணும்! துரைசாமித் தேவரா! ஹ்ம்!" என்று தேவர் பதில் கொண்டுவந்த ஆளிடம் உறுமினார். அவன் மறுபடியும் அவர் உறுமினதைப் போய்ச் சொன்னான். எட்டு நாள் ஆயிற்று. குதிரையை ஏலம் போட ஏற்பாடு ஆகிவிட்டது. முதல் நாள் இரவு கண்ணுசாமியின் அண்ணன் உறக்கம் கொள்ளவில்லை.

"தம்பி, என்னத்துக்குப் பெரிய இடத்துப் பொல்லாப்பு?"

"பெரிய இடமா? யாரு? தேவரா?"

"என்னிக்கும் பெரிய இடந்தான். ஆன செலவைக் கட்டி, குதிரையை அவுத்து அவருகிட்டக் கொண்டு விட்டிடு. நாளைக்கு உனக்கும் நாலு காரியம் நடக்கணும். உத்சவத்துக்குத் தேர் இளுக்க ஆயிரம் ஆளாவது வேணும். இன்னும் எவ்வளவோ இருக்கு. இது ஒண்ணு தானா?" என்று அண்ணன் இழுத்தார்.

கண்ணுசாமிக்கு யோசனையாகப் போய்விட்டது. உடனே தேவர் வீட்டுக்குப் புறப்பட்டுவிட்டார். கௌரவம் பார்க்கும் வழக்கம் கிடையாது அவருக்கு. அரசியல்வாதி அவர். தேவர், திண்ணையில் படுத்துக்கொள்ள இருந்த சமயம் அப்போது.

"என்ன, தேவர்வாள்?"

"யாரு, கண்ணுசாமியா? வாங்க வாங்க; ஏது இவ்வளவு தூரம்?" என்று உட்கார இடம் கொடுத்தார் தேவர். 'பெட்ரூம்' விளக்கு மாடத்தில் எரிந்துகொண்டிருந்தது.

"எல்லாம் உங்க குதிரை விஷயமாத்தான் வந்தேன்."

“நீங்கதான் அவுத்துவிடலியே?”

“நாத்தங்காலை மேஞ்சிடுச்சு. நான் யார்கிட்டப்போய்ச் சொல்லிக்கிறது? நீங்களே இதைக் கொஞ்சம் உணர்ந்து பார்க்கணும்.”

“அது சரிங்க. எங்கிட்ட ஒரு வார்த்தை சொல்லி அனுப்பி யிருக்கலாமில்ல? ‘இந்தா ஐயா தேவரே, இப்படி ஆயிடுச்சு; என்ன சொல்றீங்க?’ன்னு. அதுங் காலை ஒடிச்சுப் போட்டிருப்பேனே! கிடுகிடுன்னு நீங்கபாட்டுக்குப் பவுண்டிலே அடைச்சிட்டீங்க.”

“நானா கட்டினேன்? நம்ப ஆள் கட்டினான்.”

“அப்படின்னாத் தீனிச் செலவைக் கட்டிக்கிட்டு அவுத்துட்டுப் போ இன்னீங்களே, எதுக்காக?”

கண்ணுசாமி சற்று யோசித்து. “ரூலுனு ஒண்ணு இருக்கு, பாருங்க” என்று ஆரம்பித்தார்.

“ரூல் கிடக்கட்டுங்க. பவுண்டிலே தேவர் குதிரையை அடைச்சாச்சு. தேவரு அபராதம் கொடுத்து மீட்டுக்கிட்டு வந்தாருன்னு ஒரு பேரு ஏற்படுத்திடலாம்னு நெனக்கிறீங்க. அவ்வளவுதானே? செஞ்சிடுங்க.”

“அபராதம் நான் கொடுத்திடறேன் உங்களுக்காக!”

“எனக்கு அபராதம் கட்டத் திராணி இருக்கு. ஆண்டவன் இன்னும் என்னை முழுக்க மொட்டை அடிச்சிடலே. ஆனா அபராதம்னு நானோ நீங்களோ கட்டி மீட்கும்படியா என்ன வந்திடிச்சு இப்ப?”

“பின்னே, என்ன செய்யறது?”

“என்னைக் கேட்டா?”

“குதிரை ஏலம் போயிடுமே!”

“போகட்டுமே!”

கண்ணுசாமி திணறினார். மறுநாள் காலையில் குதிரை ஏலத்துக்கு வந்தது. யாரும் கேட்கவில்லை. கண்ணுசாமியும் சுப்பட்டாவும் மாறி மாறிக் கேட்டு, கண்ணுசாமியே மூன்று ரூபாய்க்கு ஏலம் எடுத்து, தேவர் வீட்டில் கொண்டு கட்டிவிட்டு வரச் சொன்னார்.

தேவர் வெற்றியில் விம்மினார். ஆனால் இன்னொரு பகையான பஞ்சாயத்துப் போர்டின் மேலும் பழி வாங்கினால் ஒழிய அவருக்கு ஆறாதுபோல் இருந்தது.

கண்ணுசாமியைக் கூப்பிட்டு, வெகு நாளாக ஊருக்குப் 'பார்க்' இல்லாத குறையை நீக்க வேண்டும் என்று தாம் ஒரு முடிவுக்கு வந்திருப்பதாகச் சொல்லி, தம்முடைய அல்லிக் குளத்தைப் பஞ்சாயத்துப் போர்டுக்கு நன்கொடையாகக் கொடுத்துவிட்டார். ஒருமாதக் கடிதப் போக்குவரத்திற்குப் பிறகு சாஸனம் ரிஜிஸ்டராகிவிட்டது.

அன்றிலிருந்து மூன்று வருஷமாகப் பஞ்சாயத்து போர்டு வண்டிகள் ஊர்க் குப்பையையெல்லாம் போட்டுக் குளத்தைத் தூர்த்துப் பார்க்காக மாற்றப் படாத பாடுபடுகின்றன. நூற்றுக் கணக்கான மணல் வண்டி அடித்தாகிறது. நாலாயிரம் ரூபாய் செலவாகிவிட்டது. குளம் இன்னும் பாதிகூடத் தூர்ந்த பாடில்லை. இன்னும் பதினாயிரம் ரூபாயாவது சாப்பிடாமல் அது பார்க்காக மாறப் போவதில்லை. அதுவரையில் தேவர் வீட்டுக் குதிரை அந்தக் கோரைகளை மேய்ந்து, அந்தத் தண்ணீரைக் குடித்துத் தாகசாந்தி செய்து கொண்டுதான் இருக்கப்போகிறது.

கலைமகள், பிப்ரவரி 1953

பரதேசி வந்தான்

வக்கீல் அண்ணா பந்தியை ஒரு நோட்டம் விட்டார்.

அடியேன் அவருக்கு நேர்த் தம்பி அல்ல. ஒன்று விட்ட தம்பிகூட அல்ல. அவருடைய மேதா விலாசத்தைக் கண்டு உலகமே அவரை, 'அண்ணா அண்ணா' என்று வாய்நிறைய அழைத்தது. அந்த மாதிரித் தம்பிதான் நான். ஒரே தெரு, எதிர்த்த வீடு – இந்த உறவைத் தவிர வேறொன்றும் இல்லை. அதே காரணத்தால் உலகத்தாரைவிட நான் மிக மிக நெருங்கிய தம்பி. கூப்பிட்ட குரலுக்கு ஏன் என்று ஓடும் தம்பி. ஈஸன் ஹோவர் போட்டி போடுவதிலிருந்து இளம் வித்வான் கச்சேரி வரையில் அவருடைய அபிப்பிராயத்தை எல்லோருக்கும் முன்னால் முதல் முதலாக, அந்தரங்கத்தில் கேட்கும் அபிமானத் தம்பி.

அண்ணா பந்தியைச் சாரி சாரியாக நோட்டம் விட்டார். ஜூனியர் பாப்பா பந்துலு, பூதகணங்களாகச் சேவைக்குக் காத்துக்கிடக்கும் அண்டை வீட்டு இளைஞர்கள், எதிர்த்த வீட்டு நான், இரண்டு குமாஸ்தாக்கள் – எல்லோரும் செய்த சாப்பாடு ஏற்பாடு சரியாக இருக்கிறதா என்று அந்த ராஜாளி நோட்டம் ஆராய்ந்து கொண்டிருந்தது. அவர் திருப்தி அடைய வேண்டுமே என்று எல்லோர்க்கும் கவலைதான். ஜூனியர் பாப்பா, வேற்றுத் தெருவுக்குள் கால் வைத்துவிட்ட நாயைப்போல ஒண்டி ஒடுங்கி நடந்துகொண்டிருந்தார். அண்ணாவின் பார்வை

கம்பீரமாக ஒவ்வொரு நபரையும் அவருடைய அந்தஸ்தையும் எடை போட்டு, 'சரி, ம், சரி' என்று ஆமோதம் செய்துகொண்டு வந்தது.

அண்ணா கோர்ட்டில் வக்கீல். வாழ்க்கையில் நீதிபதி. கொலையும் பறியும் புரிந்துவிட்டு, குற்றுயிரும் குலை உயிருமாகச் சட்டத்தின் வாயில் மாட்டிக்கொண்டு இழுத்துக் கொண்டிருந்தவர்களை வெளியே பிடுங்கி எறிந்து அபயம் தந்திருக்கிறார். தீவட்டிக் கொள்ளையோ, கொலை பாதகமோ – எதுவாயிருந்தால் என்ன? அண்ணா திவலைபறக்க, நீர்வீழ்ச்சியைப் போல வாதாடும்போது நீதிபதியின் தனித்தன்மை, நடுநிலைமை எல்லாம் அமுங்கி ஆற்றோடு போய்விடும். இப்பேர்ப்பட்ட அண்ணா, வாழ்க்கையில் நீதிபதி – வாழ்க்கையில் எந்தத் தப்பையும் – குற்றம் கிடக்கட்டும் – தவற்றைக்கூட சின்னத் தப்பைக்கூட லேசில் விடமாட்டார். சாணக்கிய சாகசம் செய்து வேரை எற்றி, நீறாக்கி, வெற்றி அடைந்த பின்புதான் அமைதி காணுவார்.

அண்ணாவின் பிள்ளைக்கு முதல் நாளைக்கு முதல் நாள் கல்யாணம் ஆகிவிட்டது. மறுநாள் இரவு எல்லோரும் திரும்பிவிட்டார்கள். மூன்றாம் நாள் காலையில் கிருகப் பிரவேசம். மணப்பெண்ணை அழைத்தாகிவிட்டது. கோலாகலமாகத்தான் எல்லாம் நடந்தது. ஒரே பிள்ளை!

சாப்பாட்டுக்கு இலை போட்டாய்விட்டது. நூற்றைம்பது இலை போடக் கூடிய கூடத்தில் நெருக்கி இன்னும் ஐம்பது இலை விழுந்திருக்கிறது. கொல்லைக்கட்டு, அடுக்களை, கொல்லை நடை, வாசல் நடை எங்கே பார்த்தாலும் இலை போட்டிருக்கிறது. கூடத்துப் பந்தி 'பொறுக்கான' பந்தி. இருநூறு இலையும் அண்ணாவின் அபிப்பிராயத்தில் 'முதல்' வகுப்பைச் சேர்ந்தவர்கள். ஜூனியர் பந்துலுவும் நானும் பார்த்துத்தான் உட்கார்த்தி வைத்திருக்கிறோம்.

அண்ணா கம்பீரமாகப் பார்க்கிறார். வாழ்க்கையில் நீதிபதி அவர். சின்னத் தவறு நடந்தாலும் தவறுதான். துளி அபஸ்வரம் பேசினாலும் அபஸ்வரந்தானே... அண்ணாவும் வெறும் வக்கீல் அல்ல; பெரிய சங்கீத ரசிகர். ரசிகர் என்பதைவிடச் சங்கீத 'க்ரிடிக்' (விமரிசகர்) என்று சொல்வது பொருந்தும். கர்நாடக சங்கீதத்தில் ஊறித் திளைத்து நீந்தியவர். வேங்கடமகி, சார்ங்க தேவர் எல்லாம் அவருக்குத் தலைகீழ்ப் பாடம் தமிழ்ப் பண்களை எல்லாம் துருவித் துருவிக் கேட்டிருக்கிறார். மாகாணத்தின் எட்டு மூலையிலும் எங்கே சங்கீத சர்ச்சை நடந்தாலும் அண்ணா

அங்கே இருப்பார். தலையின் முன், வழுக்கை பளபளக்க, ஒரு மகாநாட்டில் பிரமாதமாக ஒரு ராகத்தை – பேச்சில் தான் – விளக்கிக்கொண்டிருந்த அண்ணாவின் தலையை ஒருவர் கார்ட்டூனாக வரைந்திருந்தார். அது பெரிதாகி அண்ணாவின் ஆபீஸில் தொங்குகிறது.

அண்ணாவுக்கு யார் பாடினாலும் பிடிக்காது. அவருடைய லக்ஷ்ய சங்கீதத்தின் வாசற்படியைக்கூடத் தற்கால சங்கீத வித்வான் யாரும் மிதிக்கவில்லை என்பது அவர் கருத்து. அவருடைய சொந்த ஊரான பூக்கால் குளத்தில் ஒரு பெண் நன்றாகப் பாடும். அதன் பாட்டைத்தான் அவர் திருப்தியோடு கேட்பார். ஒன்றரை நூற்றாண்டுகளுக்கு முன் வாழ்ந்த ஒரு வாக்கேயக்காரரின் பேரனுடைய சிஷ்யனின் பெண் வயிற்றுப் பேத்தி அந்தப் பெண். அவள் இப்போது கல்யாணமாகி மூன்று குழந்தைகளுக்குத் தாயாகி ஹைதராபாத்தில் குடியும் குடித்தனமுமாக வாழ்க்கை நடத்திக் கொண்டிக்கிறாள். கிருகப்பிரவேச வைபவத்திற்கு, மாலையில் அவள்தான் கச்சேரி செய்யப் போகிறாள். ஹைதராபாத்திலிருந்து அதற்காகத்தான் அவள் வந்திருக்கிறாள் ... அபஸ்வரம் என்ற வார்த்தையிலிருந்து எங்கெங்கோ போய்விட்டது. அபஸ்வரம் என்ன, அவச்சொல்கூட அண்ணா காதில் விழக்கூடாது. கல்யாணத்திற்கு முன், கிருகப்பிரவேசத்திற்காகப் பந்தல் போட்டுக்கொண்டிருந்தான். காலை எட்டுமணி; குமஸ்தாக்கள் இன்னும் வரவில்லை. பிச்சைக்காரன் ஒருவன் வந்து சேர்ந்தான். அந்த நிழலே அண்ணா வீட்டு வாசலில் விழக்கூடாது. ஆள் புதிது. துந்தனத்தை மீட்டிக்கொண்டு சுருதியோடு இழைந்து கவ்விய குரலில் பாடிக்கொண்டு வந்தான்.

“காஞ்சிமா புரியில் வாழும் காமகோடி வாவா, வாங்கைக்ஷயுடன் வந்தெனக்கு வரமருள வாவா, தற்பரம் அளிக்கும் திவ்ய கற்பமே வாவா.”

“ஏய், மறுபடியும் பாடு.”

“காஞ்சிமா புரியில் ... வாங்கைக்ஷயுடன் வந்தெனக்கு ...”

“என்னது?”

“வாங்கைக்ஷயுடன் ...”

“என்னது?”

“வாங்கைக்ஷயுடன் ...”

“வாஞ்சையா? வாங்கைக்ஷயா?”

“வாங்கைக்ஷதானுங்க.”

“வாஞ்சையில்லை?”

“இல்லீங்க.”

“ஏன்?”

“எங்க குருநாதன் அப்படித்தான் சொல்லிக் கொடுத்தாரு”

“யாரு உங்க குருநாதன்?”

“முருகப் பண்டாரம்.”

“எங்கே இருக்கார் அவர் இப்போ?”

“சமாதி ஆயிட்டாருங்க.”

“போனாப் போறார். நீ இனிமே வாஞ்சைன்னு சொல்லு.”

“அவரு வாங்க்ஷைன்னு தானே சொல்லுவாரு.”

“அப்ப உனக்கு அரிசி கிடைக்காது.”

“வேணாமே.”

“நீ வேணும்னுதான் கேட்டுப் பாரேன் – கிடைக்கிறதா பார்ப்போம்”

“நீ வேணும்னுதான் என்னைச் சொல்லச் சொல்லிப் பாரேன். நான் சொல்கிறேனா, பார்ப்போம்.”

“சீ, சீ, நாயே! போ! பதில் பேசாதே!”

“நானா இப்போ வள்ளு வள்ளுனு உளுவறேன்?”

“போடான்னா!”

“அட போய்யா, பிச்சைக்கு வந்த இடத்திலே சண்டைக்குல்ல நிக்கிறே! கச்சை கட்டிக்கிட்டு” என்று பந்தல்காரன் இடைமறித்தான்.

“போய்யா ... போ ... ஏங்க அந்த ஆளோட வம்பு? தக்குபிக்குன்னு ஏதாவது உளறுவான். நமக்கு என்னாத்துக்குங்க?”

“குருநாதன் சொல்லிவிட்டானாம், இவன் சொல்ல மாட்டானாம்!”

“ஆமாய்யா! சொல்லத்தான் மாட்டேன். சொல்லு மனுசன் உண்டாக்கினதுதான். காக்காய்க்குக் கிளின்னு பேர் வச்சு நானூறு பேர் அளைச்சா கிளிதான். ஆமாம்.”

“நீ இப்பப் போகமாட்டே ..? போய்யா ... அப்புறம் தெரியுமா?

அப்போதுதான் நானும் வந்து சேர்ந்தேன்.

"ஏதோ, தெரியாத பயல்."

"யாரு, அவனா? நீன்னா தெரியாத பயல்! பாயின்ட் பாயின்டாப் பேசறான்! தெரியாத பயலாம்... பிடிவாதக்காரப் பயன்னா அவன்!"

"தொலையறான் அண்ணா; விடுங்கோ."

அண்ணா வாழ்க்கை, வார்த்தை எல்லாவற்றிலும் நீதிபதி; ஆமாம்.

அண்ணா பந்தியைப் பார்த்துக்கொண்டே வந்தார். திடீரென்று முகம் இருண்டது. புருவத்தைச் சுளித்தார். மூக்கின் இதழ்கள் விரிந்தன.

"ஏய், பஞ்சாமி!"

"அண்ணா ..."

"வா, இப்படி."

ஓடினேன்.

"யாரது?"

"எங்கே?"

"அதோ பார்!"

கூடத்தில் நடைநிலைக்கு எட்டிய தாழ்வாரத்தில் போட்டிருந்த பந்தியில் ஒரு பரதேசி உட்கார்ந்திருந்தான். நடுப் பருவத்தைக் கடந்து கிழத்தனத்தில் கால் வைத்த பருவம். எலும்பும் தோலுமான உடல். அளவுக்கு மிஞ்சிய நரை. கன்னம் முழுவதையும் மறைத்த தாடி. ஒழுங்கில்லாத குரங்குத் தாடி. பலபல பட்டினிகளால் வயதை மீறிய மூப்புத் தோற்றம். கண்ட தண்ணீரில் நனைத்து நனைத்துப் பழுப்பேறிய, மடித்துப் போன, ஒட்டுகள் போட்ட வேட்டி; பக்கத்தில் அதே பழுப்பு நிறத்தில் ஒரு மூட்டை; இவ்வளவு காபந்துக்களுக்கிடையே, ராகு வந்து அமுதத்திற்கு அமர்ந்ததுபோல அமர்ந்துவிட்டான். அமுத சுரபியை ஏந்தி வரும் மால் பூண்ட மோகினி வேடந்தான் மயங்கிவிட்டது; அண்ணாகூட ஏமாந்து விடுவாரா, என்ன?

"எப்படிடா வந்தான் அவன்?" என்று இரைச்சல் போட்டார்.

மௌனத்தைத் தவிர வேறு விடை எதைச் சொல்ல?

“அழகாக இருக்குடா நிர்வாகம்! கிளப்புடா அந்தக் கழுதையை!”

“உட்கார்ந்துவிட்டானே, அண்ணா” என்று மெதுவாகச் சொன்னேன்.

“அப்படியா, மன்னிக்கணும்!” என்று ஒரே ஓட்டமாக ஓடினார். அந்த இலைக்குமுன் நின்றார். இருநூறு முகங்களும் அவரைப் பார்த்துக்கொண்டிருந்தன.

“ஏய். எழுந்திறா!”

அவன் வாய் பேசாமல் அவரை நிமிர்ந்து பார்த்தான். வாயில் போட்ட கறி உள்ளே செல்லாமல் அந்தரத்தில் நிற்க, எச்சிலான கை இலையில் இருக்க, அவரை மௌனமாகப் பார்த்தான்.

“எழுந்திருடா.”

மீண்டும் அதே தீனமான பார்வை.

“எழுந்திருடான்னா!”

“பசிக்கிறது, எச்சில் பண்ணிவிட்டேன்.”

அவ்வளவுதான்.

அப்படியே தலைமயிரை ஒரு லாவு லாவினார் அண்ணா! உடும்புப்பிடி!

“எழுந்திர்றாங்கறேன். பதில் சொல்லிண்டா உட்கார்ந் திருக்கே?”

பிடித்த பிடியில், பரதேசியின் கை தானாகவே பக்கத்திலிருந்த மூட்டையை அணைத்துக்கொள்ள, காலும் தானாகவே எழுந்துவிட்டது. இடது கையால் அப்படியே தரதரவென்று அவனைத் தள்ளிக்கொண்டு, நடையைக் கடந்து, வாசல் திண்ணையைக் கடந்து, ஆளோடியைக் கடந்து, படியில் இறங்கி, பந்தலுக்கு வெளியே ஒரு தள்ளு தள்ளினார் அண்ணா. தலை அவிழ்ந்து அலங்கோலமாகக் குப்புற விழுந்தான் அவன்.

“அப்பா, அம்மா, பாவி!” என்று முனகிக்கொண்டே எழுந்தான். திரும்பி அவரைப் பார்த்தான். முகம் கொதித்தது. பசியின் எரிச்சல் கண்ணில் எரிந்தது. கைக்கு எட்டி வாய்க்குக்கூடத் துளி எட்டி, பசியைக் கிளப்பிவிட்டு முழுவதும் கிட்டாமல் போனதன் எரிச்சல் முகத்தில் எரிந்தது. ஆற்றாமையும் கோபமும்

தொண்டையை அடைக்க, பசியால் மூச்சு வேகமாக, சின்னச் சின்னதாகத் தொண்டையில் ஏறி இறங்க, வயிறு குழைய, ஒரே கத்தாகக் கத்தினான் அவன்.

"ஓய் வக்கீலே, நீர் நன்னா இருப்பீரா? இலையில் உட்காந்து எச்சில் பண்ணினவனைக் கிளப்பி, யமதூதன் மாதிரி தள்ளிண்டு வந்தீரே!"

"ஏய், போறயா, நொறுக்கி விடட்டுமா?"

கண் கனல் கக்க, சாணக்கியனைப்போல, விரிந்த குரலில் ஓர் இரைச்சல் போட்டான் அவன்.

"போறேன், போறேன், இதோ போறேன். ஆனால் திரும்பி வருவேன். அடுத்த மாசம் இதே தேதிக்கு உம்ம வீட்டிலேயே சாப்பிட வரேன். நீர் அழுதுகொண்டு போடற சாப்பாட்டுக்கு வரேன், பார்த்துக்கும்!"

விறுவிறுவென்று நடந்தான்.

எனக்குச் சொரேர் என்றது. என்னமோ சொல்லிவிட்டானே!

அண்ணா ரௌத்ரம் பொங்கச் சீறினார்.

"ஏய், போய் அந்தப் பயலை இழுத்துண்டு வாடா. சும்மா விட்டுவிடுகிறதா அந்தப் பயலை?"

"அண்ணா, உள்ளே போங்களேன். சகதியிலே கல்லைத் தூக்கி எறியலாமா?" என்று அவரை இறுக அணைத்து உள்ளே தள்ளிக்கொண்டு போனேன். என் பிடியை மீற முடியாமல் அண்ணா மெதுவாக உள்ளே சென்றார்.

என்ன அவச்சொல்! ஆபாசமான வார்த்தைகள்! மங்களமான வைபவத்தில் கேட்கவொண்ணாத கொடூர அவச்சொல்! ருசிக்க முடியாத அவச்சொல்! உதட்டில் வைத்துப் பருகும் பாலில் மேலேயிருந்து ஒரு துளி நஞ்சு விழுந்து, வாய்க்குள் போய்விட்டதுபோல் என் கண் இருண்டது; உள்ளம் இருண்டது. எப்படிப் பேசினான் இந்த வார்த்தைகளை! பாவி! இனிய நாதம் பொழியும் தந்தியை அறுத்து அவ ஓசையை எழுப்பிவிட்டான். என் மனம் படபட என்று பறந்தது.

"எலே, உம் மூஞ்சி ஏண்டா அசடு வழியறது... முட்டாள்!"

மாலையில் கச்சேரி நடந்தது. பூக்கால் குளத்துப் பர்வதம் பாடினாள். இனிய குரல். ஞானம் நல்ல ஞானம். ஆனால்

மூன்று குழந்தைகளுக்குத் தாயார் என்பதைக் குரல் காட்டிக்கொண்டே வந்து, பாட்டைக்கூட மூன்றாம் தரமான பாட்டாக அடித்துவிட்டது. அண்ணா முன்னால் உட்கார்ந்து கைமேல் கையில் தாளம் போட்டு, விரலை எண்ணி, சிரக்கம்பம் செய்துகொண்டிருந்தார். இரண்டு மணி நேரம் ஆவதற்குள் இரண்டாயிரம் ஆஹாகாரம் வந்துவிட்டது. ஆட்டுகிற ஆட்டலில் தலை ஒடிந்து விழுந்துவிடும்போல் இருந்தது. அண்ணாவின் கற்பனை பயங்கரமானதுதான்.

மணமகனும் மணமகளும் ஒரு சோபாவில் உட்கார்ந்து கச்சேரி கேட்டுக்கொண்டிருந்தார்கள். நடுவில் மணமகன் எழுந்து கொல்லை நடைப்பக்கம் சென்றான்.

பத்து நிமிஷத்திற்கெல்லாம் அண்ணாவின் சம்சாரம் பரபரவென்று என்னைக் கூப்பிட்டாள்.

"ஏய் பஞ்சு, அண்ணாவைக் கூப்பிடு."

அண்ணாவும் நானும் உள்ளே போனோம். அடுக்களையில் கல்யாணப் பையன் பிரக்ஞை தவறிப் படுத்துக் கிடந்தான். கொல்லையில் போனவன் ஒருமுறை வாந்தி எடுத்தானாம். பிறகு, "தலை கிறுகிறு என்கிறது" என்று முனகினானாம். அடுக்களையில் வந்து மடேர் என்று விழுந்தானாம். மூர்ச்சை போட்டுவிட்டது. ஸ்திரீகள் சுற்றி நின்றுகொண்டிருந்தார்கள். அண்ணாவின் தமக்கை விசிறிக்கொண்டிருந்தாள்.

"குழந்தே, குழந்தே!" என்று அண்ணா அழைத்தார்.

"விஸ்வநாதா, விஸ்வநாதா!" என்று நான் அழைத்தேன்.

நல்ல மூர்ச்சை. பதில் வரவில்லை. "பஞ்சு, நான் என்னடா செய்வேன்?" என்று உட்கார்ந்தவாறே என்னை நிமிர்ந்து பார்த்தார் அண்ணா. திகில் படர்ந்த அந்தப் பார்வையை அந்த முகத்திலேயே நான் பார்த்ததில்லை.

"ஒண்ணுமில்லேண்ணா! இதோ போய் டாக்டரை அழைச்சுண்டு வரேன். கவலைப்படாதிங்கோ" என்று சொல்லி விட்டு ஓடினேன்.

டாக்டர் வந்தார். அரை மணி தட்டிக் கொட்டிப் பார்த்தார். ஊசி போட்டார். மருந்து எழுதிக் கொடுத்தார். மூர்ச்சை தெளியவில்லை. பெரிய டாக்டரை அவரே போய் அழைத்து வந்தார். கோமா சோமா என்று ஏதோ வைத்திய பாஷையில் பேசிக்கொண்டார்கள்.

என்னத்தைச் சொல்கிறது! மூர்ச்சை தெளியும் வழியாக இல்லை. ஒரே பேத்தல், பிதற்றல். ஏழெட்டு நாள் கண்திறக்கவில்லை.

உள்ளூர் டாக்டர்கள், மந்திரவாதிகள் எல்லோரும் பார்த்தார்கள். திருச்சியிலிருந்து இரண்டு டாக்டர்கள், பிறகு மதராஸிலிருந்து ஐந்தாறு டாக்டர்கள்! கடைசியாகக் கல்கத்தாவிலிருந்து விமானத்தில் ஒரு நிபுணர் வந்தார். கையைப் பார்த்தார். "இன்னும் நாற்பத்தெட்டு மணி நேரத்திற்குப் பிறகுதான் சொல்ல வேண்டும்; பிறகு மூர்ச்சை தெளிந்தால் கொடுங்கள்" என்று ஒரு மருந்தை எழுதிக் கொடுத்துவிட்டு ஆயிரம் ரூபாய் பீஸையும் வாங்கிக்கொண்டு போய்விட்டார். அவ்வளவு பெரிய டாக்டர் சொல்வது வீணாகவா போய்விடும்? மூன்றாம் நாள் காலையில் எல்லாம் அடங்கிவிட்டது.

எல்லாம் மாயாஜாலம்போல் இருந்தது எனக்கு. எவ்வளவு வேகம்! அண்ணாவின் ஒரே பிள்ளை! ஒரே இன்பக்கனவு! அவருடைய ஜகமே அவன்தான் – அது அழிந்துவிட்டது!

அண்ணா தேம்பினார். திடீரென்று நினைத்துக்கொண்டு வாய்விட்டு அழுவார். அழாத நேரத்தில் சூன்யத்தைப் பார்த்துக் கொண்டு உட்கார்ந்திருப்பார். திடீரென்று புன்சிரிப்புச் சிரிப்பார்; பேய் சிரிக்கிறாற்போல் இருந்தது எனக்கு! குலை நடுங்கிற்று!

"என்னடா பஞ்சாமி, என்ன சிரிக்கிறேனென்று பார்க்கிறாயா? நாளைக்குத் தேதி ஐந்து. அதனால்தான் சிரிக்கிறேன்."

நான் பதில் சொல்லவில்லை. 'சோகத்தில் சிரிக்கிறார், அழுகிறார், புலம்புகிறார். இஷ்டப்படி பேசட்டும்' என்று விட்டு விட்டேன். பிரமையடைந்து, நிதானமிழந்து ஆடிக்கொண்டிருந்த சித்தத்தில் என்ன என்ன தோன்றுகிறதோ? மோகம் சோகத்தின் இரட்டை.

"நாளைக்குத் தேதி ஐந்துடா. நாளைக்குத்தான் பன்னிரண்டாம் நாள் என் உயிர் போய். போன ஐந்தாம் தேதி கிருகப் பிரவேசம். அந்தப் பரதேசிப் பய எவ்வளவு கணக்காக ஆணியடித்தாற்போலச் சொன்னான், பார்."

எனக்கு ஞாபகப்படுத்தத் தேவையில்லை. பரதேசியின் நினைவாகத்தான் இருந்தேன்.

மறுநாள் பன்னிரண்டாம் நாள் காலையில் ஈமக்கடன்கள் தொடங்குகிற சமயம். காலை எட்டு மணி இருக்கும்; வாசலில் வந்து நின்றான் அவன். சவம் உயிர் பெற்று வந்ததுபோல் வந்து நின்றான். வெளுத்துப்போன தாடி, மீசை, எலும்பும் தோலுமான உடல், பழுப்பேறிய நைந்துபோன துணி, கையில் மூட்டை; கல்யாணத்தன்று வந்த அதே வேஷந்தான்.

எனக்கு ஒரேயடியாகப் பற்றிக்கொண்டு வந்தது. நெஞ்சு கோபத்தில் விம்மிற்று. ஒரே பிடியாகக் கழுத்தைப் பிடித்து

அமுக்கித் திருகிப் போட்டுவிடலாமா என்று, கை நெஞ்சு எல்லாம் துடித்தன. ஆனால் ஒன்றும் செய்ய இயலவில்லை. உள் மனம் நடுங்கிச் செத்தது. இவ்வளவு ஆத்திரமும் முடவனின் கோபமாகப் புகைந்து அணைவதைத் தவிர வேறு ஒன்றும் செய்ய முடியவில்லை.

அண்ணா அவனைக் கண்டதும் தேம்பித் தேம்பி அழுதார்.

"ஸார், வருத்தப்படாதீர்கள். நான் புண்ணில் கோல் இடுவதற்காக வரவில்லை. வாக்குத் தவறக்கூடாது என்று வந்தேன்" என்று பரதேசி சொன்னான்.

அண்ணா சிறிது நேரம் முகத்தை வேறு பக்கம் திருப்பிக் கொண்டார். பெரிய முயற்சி செய்து பல்லைக் கடித்து, உதட்டைக் கடித்து, கண்ணைத் துடைத்து, துக்கத்தை அடக்கிக்கொண்டார். பரதேசி தலைகுனிந்து நின்றுகொண்டிருந்தான். ஐந்து நிமிஷம் ஆயிற்று.

"ஓய், உம்முடைய வாக்குப் பலித்துவிட்டது!" என்றார் அண்ணா.

"என் வாக்காவது பலிப்பதாவது! நடப்பது நடந்துதான் தீரும்."

"நீர்தானே ஐயா சாபமிட்டீர்?"

"என் பசி சாபமிட்டது. ஆனால் இது நடப்பதற்கு அதுதான் காரணம் என்று நான் நினைக்கவில்லை. தெரியாமல் இருந்ததை நான் சொல்லியிருக்கலாம்!"

"எப்படி?"

"எங்கும் இருக்கிறது நாதம். கேட்கவா முடிகிறது? கை தட்டியோ, ஏதாவது செய்தோதானே அதைக் கேட்க முடிகிறது! அது மாதிரிதான்."

"உமக்கு வருங்காலம் தெரியுமா?"

"தெரியாது; என்னமோ வாயில் வந்ததைச் சொன்னேன்."

"ம்... நீர் பெரிய அறிவாளியாக இருப்பீர்போல் இருக்கிறதே. ஏன் இப்படிச் சோற்றுக்கு அலைகிறீர்?"

"அறிவு இருந்தால் வக்கீல் தொழில்தான் செய்ய வேண்டுமா, என்ன? அறிவு இருந்தால் பிச்சை எடுக்காமல், சோற்றுக்கு அலையாமல் இருந்துவிட முடியுமா?"

"நீர் சொல்வது எனக்குப் புரியவில்லை."

“எப்படிப் புரியும்? பந்தியில் அவ்வளவு பெரிய மனிதர்களுக்கு நடுவில் நான் உட்கார்ந்து சாப்பிடுவதைப் பார்த்துக்கொண்டிருக்க உமக்குத் தைரியம் இல்லை. தெம்பு இல்லை. உம்முடைய அகங்காரம் அவ்வளவு லேசாக, பஞ்சையாக இருக்கிறது. அந்தத் தெம்புக்கு அஸ்திவாரமான அன்பு உம்மிடம் இல்லை. சிமின்டில், வலுவில்லாததுபோல் தோன்றுகிறது. நீரைக் கலந்தால் அப்புறம் சம்மட்டி போட்டுத்தான் உடைக்க வேண்டும். உம்முடைய கல்நெஞ்சம் வெறும் வலுவில்லாத கல் நெஞ்சம். துளி அன்பை இவ்வளவு பெரிய அகந்தையில் கலந்திருந்தால், அது கம்பீரமாக நிற்கும். அத்தர் கலந்தாற்போலப் பரிமளிக்கும். உண்மையான வலு, உம் நெஞ்சுக்கு இல்லை. இருந்திருந்தால் பட்டப்பகலில் இரட்டைக் கொலை செய்த பாண்டிக்கு நீர் வக்காலத்து வாங்கியிருப்பீரா? அவன் கொலை செய்தது உலகறிந்த விஷயம். நீர் சரமாரியாக வாதாடி, அவனுக்கு நீதியளிக்காமல் காப்பாற்றினீர். உம்முடைய அகங்காரத்திற்கு நான் சொன்ன வலுவில்லை. இருந்தால் மோட்டார், ஆயிரம் வேலி, வைரக் கடுக்கன், இந்தப் பரதேசி, தரித்திரம் எல்லாவற்றையும் சேர்த்து உட்கார வைத்துக் காது நிறைய, கண் நிறைய, உள்ளம் நிறைய ஆனந்தமடைந்திருப்பீர். மோட்டார், வைரம், இதற்கப்பால் உம் அகங்காரத்திற்குக் கண் தெரியவில்லை.”

அண்ணா சூன்யத்தைப் பார்த்துக்கொண்டு தேம்பினார்.

சற்றுக் கழித்து, “ஓய் காலதேவரே, உட்கார்ந்து பேசுமேன். கால் வலிக்கவில்லையா?” என்று வேண்டினார்.

காலதேவன் வயிறு குழைய, கண் குழைய, விலா எலும்புகளின் தோல் விம்ம, “ஈசுவரா!” என்று பசியின் வடிவாக உட்கார்ந்துகொண்டான்.

***அமுதசுரபி*, 1956க்கு முன்**

சத்தியமா!

"இது ஏதுடா காலண்டர்?"

"நான்தாண்டா வாங்கிண்டு வந்தேன்—மண்ணெண்ணெய் கடை நாயக்கர்கிட்டேருந்து."

"ரொம்ப நன்னாருக்குடா. என்ன விலைடா இது?"

"விலைக்குக் கொடுக்கமாட்டா இந்தக் காலண்டரை. தெரிஞ்சவாளுக்கு மாத்திரம் இனாமாகக் கொடுப்பா."

"உங்கப்பாவுக்குத் தெரியுமா அவரை?"

"எங்கப்பாவுக்குத் தெரிஞ்சிருந்தா ஜனவரி மாசமே வாங்கியிருக்க மாட்டாரா? நான்தான் அந்தக் கடை வாசல்லே நின்னுண்டு தினமும் பார்த்துண்டேயிருப்பேன். அந்தக் கிருஷ்ணர் சிரிச்ச மூஞ்சியா புல்லாங்குழல் வாசிக்கிறார் பாரு. காது ரெண்டையும் தூக்கிண்டு அந்தப் பசுங் கன்னுக்குட்டி அதைக் கேட்டுண்டு நிக்கறதுபார். எவ்வளவு அழகாயிருக்கு பாத்தியா! நித்தியம் பள்ளிக்கூடத்திலேருந்து வரபோதெல்லாம் அதைப் பாத்துண்டே நின்னிண்டிருப்பேன். அங்கே ஒரு கணக்குப்பிள்ளை இருக்கு பாரு, ஒல்லியா, குடுமி வச்சிண்டு, உர்ருன்னு மூஞ்சியை வச்சிண்டு, ஓணான் மாதிரி! ஜூன் மாதம் பள்ளிக்கூடம் திறந்த உடனே 'மாமா மாமா, அந்தக் காலண்டரை எனக்குத் தரேளா?'ன்னு கேட்டேன். 'அது பத்து ரூபாடா விலை'ன்னு அது காதிலே பென்சிலை வச்சிண்டு, மூக்கு நுனியிலே கண்ணாடியை

நழுவி விழுந்துடறாப்போலப் போட்டுண்டு நிமிந்து பாத்துச் சொல்லித்து. 'ஒரு ரூபா தரேன்'னேன். மாட்டேன்னுடுத்து. தினமும் கேட்டுண்டே இருந்தேன். 'அதெல்லாம் கொடுக்கறத்துக்கு இல்லே. கம்பெனிலேருந்து ஒண்ணே ஒண்ணுதான் அனுப்பிச்சிருக்கா, கடையிலே வச்சுக்கணும்னு அதனாலே அதைக் கொடுக்கப்படாது. கொடுத்த கம்பெனிக்காரன் கோச்சுக்குவான்'னு சொல்லிடுத்து. நான் அப்பறம் கேக்கவே இல்லெ. ஆனா, தினமும் பார்த்துண்டே ரொம்ப நாழி நிப்பேன். நேத்திக்கு என்ன ஆச்சு தெரியுமா? முதலாளி இருக்காரு பாரு, குப்புசாமி நாயக்கர், நாமம் போட்டுண்டு அம்மை வடு மூஞ்சியா, வெத்திலை போட்டுண்டே இருப்பாரே, வைரக் கடுக்கன் போட்டுண்டு?"

"குண்டா!"

"ஆமாம், அவரே நேத்திக்குச் சாயங்காலம் உக்காந்திருந்தார். நான் பாத்துண்டே நின்னிண்டிருந்தேன். அவர் ரொம்ப நல்லவர்டா! அவர் என்ன செஞ்சார் தெரியுமா? 'ஏய் தம்பீ!'ன்னு கூப்பிட்டார். கிட்டப் போனேன். 'நீ யாரு?'ன்னார். 'ஸப் ரிஜிஸ்தர் கே.ஒய். சுந்தரம் பிள்ளை'ன்னேன். 'எத்தனாவது படிக்கிறே?'ன்னார்? 'பஸ்ட் பாரம்'ன்னு சொன்னேன். 'எதுக்காக வெறுமனே வெறுமனே இங்கே வந்து நிக்கறே?'ன்னார். 'அந்தக் காலண்டரைப் பாக்கறதுக்காக நிக்கறே'ன்னேன். 'அது உனக்கு வேணுமா?'ன்னு கேட்டார் அவர். 'ஒண்ணே ஒண்ணுதான் கம்பெனிலேர்ந்து அனுப்பிச்சாளாமே! அதைக் கொடுத்தாக் கோச்சுப்பாளாமே'ன்னேன். 'யார் சொன்னா அப்படி உனக்கு?'ன்னு கேட்டார். 'அந்தக் குமஸ்தா மாமா சொன்னார்'னு சொன்னேன். உடனே அவர் என்ன பண்ணினார் தெரியுமா? 'கணக்குப் பிள்ளே!'ன்னு கூப்பிட்டார். 'ஏன்?'னு அது மூக்குக் கண்ணாடியை மூக்கு நுனியிலே வச்சிண்டு நிமிர்ந்து பாத்துது. 'ஒரு கார்டை எடுத்து இந்தக் காலண்டரைக் கொடுத்துடறதுக்கு உத்தரவு போடணும்னு இன்னிக்கே கம்பெனிக்கு எழுதிப் போடுங்க. உடனே அர்ஜெண்டா ஆர்டர் போடச் சொல்லணும் தெரியுமா?' என்று நாய்க்கர் சொன்னார். அவரே சொல்லிப்பிட்டார். என்ன செய்வது? அது சரீன்னுடுத்து."

"அந்தக் காலண்டரை எடுத்து இப்படிக் கொடுங்க"ன்னார் நாய்க்கர். அது எடுத்துக் கொடுத்தது, அவர் கையிலே. அதை வாங்கி 'தம்பி, உனக்காக ஸ்பெஷலா ஆர்டர் போட்டுடச் சொல்றேன். இந்தா எடுத்துக்கிட்டுப் போ. ஜாக்கிரதையா வச்சுக்க'ன்னு சொன்னார். 'சரி மாமா'ன்னு நான் எடுத்துக்கிட்டு வந்துட்டேன். எவ்வளவு நல்லவர் பாத்தயா? இன்னொருத்தர்னாக் கொடுப்பாளா? எனக்காக அர்ஜெண்டா ஆர்டர் வாங்கிக்கிறேன்னு சொன்னார்."

"ஆர்டர் வராட்டா?"

"வந்திடும். இல்லாட்டா முன்னாடியே கொடுப்பாரா?... இது எவ்வளவு அழகா இருக்கு பாருடா! இந்த உள்ளூ இப்ப என்ன ஜோரா இருக்கு, பாத்தியா! அந்தக் கிருஷ்ணர் உடம்பைப் பாத்தியா, பளபள பளபளன்னு! தலையிலே பார், மயில் தோகை! நெஜம் மயில் தோகை மாதிரி இல்லே! இதைப் பார்த்துக்கிண்டே நிக்கணும் போல இருக்குடா எனக்கு! சாப்பிடப்படாது; பள்ளிக்கூடம் போகப்படாது; தூங்கப்படாது; ராத்திரிகூட லைட்டைப் போட்டுண்டு இதைப் பாத்துக்கொண்டே நிக்கணும்."

"ஏய் மணி ஒன்பது அடிக்கிறதுடா. காபி எழுதவே இல்லியே!"

"ஆமாண்டா. ஐயையோ... கிடுகிடுன்னு எழுதணும்."

"இன்னிக்கு எழுத்து நன்னாவே இல்லேடா. அவசர அவசரமாக எழுதினா இப்படித்தான். நீ படம் படம்னு காலண்டரைப் பார்த்துண்டே நின்னுட்டே; சரி, நான், போய்ட்டு வரட்டுமா?"

"சரி."

"போய்க் குளிக்கிறத்துக்குக் கூட நாழி இல்லை."

"ஆமாம்டா, சட்டுனு போ."

"ஏய், ரமணா!"

"என்ன?"

"நான் ஒண்ணு சொல்றேன்; அது மாதிரி நீ செய்யறியா?"

"என்ன?"

"நீ செய்வியா?"

"என்னன்னு சொல்லேன்."

"நீ செய்வேன்னு சொல்லு."

"என்னன்னு சொன்னாத்தானேடா தெரியும்."

"நீ செய்வியா, மாட்டியா?"

"போடா."

"அப்பன்னா நான் போறேன், போ."

"ஆமாண்டா, நீ உடனே கோச்சுக்கறே. என்ன செய்யணும்னு சொல்லேன்."

"செய்வேன்னு சொல்லு."

"சரிடா, செய்யறேன்."

"நிச்சயமாச் செய்யறேன்னு சொல்லு."

"நிச்சயமாச் செய்யறேன்."

"சத்யமாச் செய்யறேன்னு சொல்லு."

"சத்யமாச் செய்யறேன்."

"என் உள்ளங்கையிலே அடிச்சு மூணு தடவை சாமி சாக்ஷியா சத்யமாச் செய்யறேன்னு சொல்லு."

"சாமி சாக்ஷியா சத்யமாச் செய்யறேன். சத்யமாச் செய்யறேன், சத்யமாச் செய்யறேன். போதுமா?"

"அப்புறம் மாட்டேன்னு சொல்லப்படாது."

"இல்லே."

"சொல்லட்டுமா?"

"சொல்லேன்."

"அந்தக் காலண்டரை எனக்குக் கொடுத்துடு."

"இதையா, இந்தக் காலண்டரையா!"

"ஆமாம்."

"நேத்திக்கு ராத்திரிதானேடா வாங்கிண்டு வந்தேன். இன்னொரு காலண்டர் தரேனே. இதைவிட நன்னா இருக்கும்."

"எனக்கு இதுதான் வேணும்."

"என்னடா நீ?"

"என்னமோ சத்யமாக் கொடுக்கறேன்னு சாமி சாக்ஷியாச் சொன்னியே."

"அதுக்காக இதைக் கொடுக்கச் சொல்றியே."

"சத்தியம் பண்ணிப்பிட்டா எதைக் கேட்டாலும் கொடுக்கணும். அதுவும் சாமி சாக்ஷியாச் சொல்லியிருக்கே."

"சரிடா, தரேன்."

"..."

"இந்தா."

"சரி, நான் போயிட்டு வரட்டுமா."

"..."

"ஓடுடி, ஓடு. இந்தப் பயலுக்கு இருக்கிற சாமர்த்தியத்தைப் பாரு. ஓடுடி, ஓடு. கூப்பிடு அந்தப் பயலை."

"யாரை?"

"எதிர்த்த வீட்டுப் பயலைடி; கூப்பிடேன். அப்பறம் பேசிக்கலாம். சரி, நான் கூப்பிடறேன். எலே, சின்னாணி, இஞ்ச வரியா இல்லையா. ஏய் ஓடறதைப் பாரேன்."

"ஏன் திரும்பி வந்துட்டேள்?"

"வீட்டுக்குள்ளே ஓடிப்போயிட்டான்."

"ஏன், என்னத்துக்கு?"

"உம் பிள்ளை இருக்கான் பாருடி ஜடபரதர். அதை ஏச்சுப்பிட்டான் அந்தப் பய."

"என்ன?"

"ரூம்லெ உக்காந்து கேட்டுண்டே இருந்தேன். என்னமோ, 'சத்யமாச் செய்யறேன்னு சொல்லு; சத்தியமாச் செய்யறேன்னு சொல்லு'ன்னு அந்தப் பய இவனைக் கேட்டுண்டே இருந்தான். இதுவும் செய்யறேன்னு சொல்லித்து. அந்தக் காலண்டரை வாங்கிண்டு போயிட்டான் அந்தப் பய."

"எதை? நேத்திக்கு வாங்கிண்டு வந்தானே, அதையா?"

"ஆமாம்."

"ஐயையோ! துடைகாலி! நன்னா இருந்துதே! ஏண்டா கொடுத்தே அதை? ஏன் விசும்பி விசும்பி அழறே கொடுத்துட்டு?" சரி, அழாதே. ஏன் கொடுத்தே?"

"ஒண்ணுசொல்வேன் செய்யறியா செய்யறியான்னு கேட்டான் சத்தியமாச் செய்யணும்னு சொன்னான். சாமி சாக்ஷியா, சத்தியமாச் செய்யறேன்னு சொன்னேன். அப்புறம் அந்தக் காலண்டர் வேணும்னு கேட்டுட்டான்."

"மாட்டேன்னு சொல்றதுக்கு என்ன?"

"சத்தியம் பண்ணினப்புறம் எப்படி மாட்டேங்கிறதாம்?"

"நீ எப்படிடா பொழைக்கப்போறே! தரித்ரமே! அழகாப் பளிச்சுனு இருந்துதே! அதைப் போய்க் கொடுத்திட்டியே. அப்பாவைக் கேட்காமெ கொடுக்க மாட்டேன்னு சொல்றதுக் கென்ன!"

"..."

"என்னடா முழிக்கிறே?"

"அவன்தானேடி வாங்கிண்டு வந்திருக்கான். சுதந்தர பாத்யமாக் கொடுத்திட்டான்."

"கொடுத்துட்டு அழுதுண்டு நில்லு."

"அந்தப் பய அப்படிப் பண்ணிவிட்டான்டி அவனை. ஆணி அறஞ்சாப்போலென்னா சத்தியம் வாங்கிப்பிட்டான். இனிமே, பொழைக்கிற பிள்ளைன்னா வக்கீல் குமாஸ்தா கணேசன் பிள்ளை மாதிரி பிறந்து வரணும். முன்னாடி ஒண்ணு சொல்றேன் செய்வியானான். இவன் என்ன, என்னன்னு தலைகீழே நின்னான். அந்தப்பய சொல்ல மாட்டேன்னுட்டான். அப்புறம் கோச்சுக்க ஆரம்பிச்சான். இவன் சமாதானம் பண்ணினான் அவனை. அப்புறம் அந்தப் பய சத்யம் பண்ணச் சொன்னான் இவனை. இது பண்ணித்து. கடைசியிலே அடி மடியிலே கையைப் போட்டுட்டான் அந்தப் பய! எவ்வளவு அஸ்திவாரம்! எவ்வளவு பீடிகை! இது கொடுத்திட்டு அழறது! எனக்கு ஆச்சரியமாயிருக்கு."

"ஏண்டா, மாட்டேன்னு சொல்றதுக்கென்ன? இதுக்கு வாயில்லையே இந்தப் பிள்ளைக்கு."

"கையிலே மூணு தரம் சத்யமாச் செய்யறேன்னு அடிச்சுக் கொடுத்தேன். எனக்கு அதைக் கேக்கப் போறான்னு தெரியுமா?"

"அதுக்குத்தான் அவ்வளவு கஷ்டப்பட்டு அதை வாங்கிண்டு வந்தியா?"

"அந்தப் புள்ளைக்குத்தான் அதைக் கேக்க மனசு வந்துது பாருங்களேன்! ஏ அம்மாடி! அப்பன், ஆயி, பிள்ளை எல்லாம் ஒண்ணைப் பாத்தாப்போல ஒண்ணு இருக்கு. எரிச்சல், அசூயை, பிறத்தியார் பண்டத்திலே ஆசை எல்லாத்தையும் பிள்ளை அப்படியே வாங்கிண்டிருக்கான்."

"நான் கூப்பிடறேன். எப்படி ஓடறான் தெரியுமோ அந்தப் பய! ஒரு நொடியிலே வீட்டுக்குள்ளே மறைஞ்சுட்டான்!"

"பண்டம் போயிடுத்தே, அதுக்கு என்ன வழி இப்போ?"

“ஏய் ரமணா, நீதான் வாங்கிண்டு வரணும் அதைத் திருப்பி.”

“...”

“என்ன பேசாமெ நிக்கறே? இதே மாதிரி அவன் வித்தையை அவன்கிட்டே காமி. அவன் கிட்டேயும் சத்தியம் வாங்கிண்டு அந்தக் காலண்டரைத் திருப்பி வாங்கிண்டு வந்துடணும் என்ன?”

“...”

“என்ன பேசமாட்டேங்கறே?”

“எப்படீப்பா வாங்கறது?”

“அவன் கேட்டாப் போலவே, சத்யமாச் செய்யறேன்னு சொல்லச் சொல்லி, அதைக் கேட்டு வாங்கிண்டு வா. வந்தாத்தான் ஆச்சு. இல்லாட்டாச் சோறு கிடையாது.”

“காலண்டரை இஞ்ச மாட்டிப்பிட்டியாடா சின்னாணி?”

“இந்த இடத்திலே மாட்டினா நன்னா இருக்கோல்லியோ?”

“நன்னா இருக்கு – ”

“ஆமாம்மா, ரமணன்தாம்மா. இந்தக் காலண்டரை, இவன்தாம்மா எனக்குக் கொடுத்தான்.”

“ஏண்டா, நீதான் கொடுத்தியா?”

“ஆமாம் மாமி.”

“சின்னாணி, கிழிச்சுப்பிடாமெ ஜாக்கிரதையா வச்சுக்கோ.”

“சரீம்மா... ஏய் வாடா, வாசல்லே போய் விளையாடுவோம்.”

“ஏய் அந்தக் கன்னுக்குட்டி எப்படிக் காதைத் தூக்கிண்டு நிக்கறது பார்.”

“ஆமாம்.”

“மொழு மொழுன்னு எப்படி இருக்கு பார், அது.”

“ஆமாம்... போவோமா?”

“இருடா போவோம்.”

“அப்புறம் நாழியாயிடும், இருட்டிப் போயிடும்.”

“போறதுன்னா இப்பவே போய் விளையாடிட்டு வந்துடணும். ராத்திரி எட்டு மணிக்கு வரப்படாது! தெரியறதாடா?”

“சரீம்மா, பாத்தியாடா; சட்டுன்னு வாடா. அப்புறம் நாழியாயிடுத்துன்னா எங்கம்மா அடிப்பா.”

"சரி."

"என்ன விளையாடலாம்?"

"ஏதாவது விடையாடலாம்டா."

"ஏதாவதுன்னா?"

"ஏதாவது விளையாடுவோம்."

"ஏன், உனக்கு உடம்பு சரியா இல்லை?"

"அதெல்லாம் ஒண்ணும் இல்லை."

"பின்னே ஏன், என்னமோபோலே இருக்கே?"

"ஒண்ணுமில்லை... இன்னிக்கு விளையாட வாண்டாமே."

"ஏன்?"

"சும்மாத்தான்."

"பின்னே விளையாடாமே என்ன பண்றது?"

"நான் ஒண்ணு சொல்றேன், கேக்கறியா?"

"என்ன?"

"நான் ஒண்ணு கேப்பேன் தருவியா?"

"என்ன?"

"தரேன்னு சொல்லு."

"என்னன்னு சொல்லு."

"நீ தரேன்னு சொல்லு."

"முடிஞ்சாத் தரேன்."

"அப்படின்னா?"

"எனக்குத் தர முடிஞ்சாத்தான்."

"உனக்கு முடியும்."

"என்ன, சொல்லேன்."

"நிச்சயமாத் தரேன்னு சொல்லு."

"முடிஞ்சா நிச்சயமாத் தரேன்."

"சத்யமா."

"முடிஞ்சாச் சத்யமாத் தரேன்."

"வந்து, வந்து நீ ஒரு ரப்பர் வச்சிருக்கே பாரு, பென்சில், மசி ரண்டையும் அழிக்குமே, அதைக் கொடுப்பியா?"

"அப்பாடா, இதானே! என்னடாப்பான்னு பாத்தேன். வேற எதையோ கேக்கப்போறேன்னு நெனச்சுட்டேன்."

"என்ன?"

"உனக்கு இப்பவே வேணுமா?"

"இப்பவே வாண்டாம். விளையாடி முடிஞ்சப்புறம் உன் வீட்டுக்கு வந்து வாங்கிக்கறேன்."

"இப்பவே இருக்கு ட்ராயர் பையிலே. இதோ பாத்தியா. இந்தா எடுத்துக்கோ. அப்புறம் ஒண்ணும் கேக்கப்படாது."

"இல்லெ."

○

"எங்கேடா, காலண்டர்?"

"பாத்தியாப்பா, சின்னாணிகிட்டேருந்து இந்த ரப்பரை வாங்கிண்டு வந்துட்டேன். இது மசியைக்கூட அழிக்கும்பா. ஒஸ்தி ரப்பர்!"

"காலண்டர் கேட்டியா?"

"இல்லை."

"ஏன்?"

"எப்படிப்பா கேக்கறது?"

"அவன் கேட்ட மாதிரியே கேக்கறது."

"வாண்டாம்பா."

"என்னடா வாண்டாம்."

"எனக்குப் பயமாயிருக்கு."

"என்ன பயம்?"

"கேக்கறதுக்கு."

"எதைக் கேக்கறதுக்கு?"

"அதைத்தாம்பா, காலண்டரை."

"ஏன்?"

"கொடுத்தப்பறம் எப்படீப்பா கேக்கறது?"

"என்ன?"

"இந்த ரப்பர் ஒஸ்தி ரப்பர் அப்பா. இது இப்பக் கிடைக்கவே இல்லெ."

"இதைத்தான் கேட்டியா?"

"ஆமாம்."

"அதைக் கேக்கலியா?"

"அது எனக்கு வாண்டாம்பா. எனக்கு அது பிடிக்கலெ."

"ஏண்டா?"

"என்னமோ பிடிக்கலெ."

"பலேடா சிங்கம்... சரி போ."

"ஏய் யாரு உள்ளே, இஞ்ச வாயேன்."

"என்ன?"

"இஞ்ச வா."

"குழந்தை எங்கே?"

"சாப்பிடச் சொன்னேன். கொல்லையிலே போயிருக்கான் கைகால் அலம்ப."

"இதைப் பாரு, உம் பிள்ளை சாமர்த்தியத்தை. எதிராளாத்துப் பயல்கிட்டேருந்து இதைச் சாமர்த்தியமா வாங்கிண்டு வந்துட்டானாம்! சொல்லிக்கிறான்."

"இது என்ன ரப்பரா?"

"மசி அழிக்கிறதாம். ரொம்ப ஒஸ்திங்கறான். காலண்டருக்குப் பிரதி."

"நீங்க ஏன் காலண்டர் காலண்டர்னு நச்சரிக்கிறேள் அவனை?"

"இல்லேடி இந்த மாதிரி தெய்வங்கள்ளாம் இந்தப் பூமிலே ஏண்டி பிறக்கிறதுகள்? இது கெட்டிக்கார உலகமாச்சே. அதுக்குன்னா சொல்றேன்."

"உங்க மனசு இன்னும் பலமாத்தான் இருக்கு. கண்ணைத் துடைச்சுக்குங்கோ. வாங்கோ சாப்பிட. வயசானா தானா புத்தி வரது."

***அமுதசுரபி*, 1956க்கு முன்**

செய்தி

“என்னடாது?”

பிள்ளையின் முகத்தில் அருவருப்பும் கோபமும் முண்டி நின்றன. “நிறுத்து!” என்று கையை உயர்த்தினார்.

நாகஸ்வர ஓசை நின்றது.

“என்னடாது ரோதனை! விடிஞ்சதும் விடியாததுமா! இதையெல்லாம் ராத்திரியிலே வச்சுக்கிட்டிருந்தே; ‘சரி, தொலைந்தது’ன்னு நெனச்சா, காலமேயும் ஆரமிச்சிட்டியே. ஏண்டா கோடாலிக்காம்பு, என்னடா இதெல்லாம்? காலமே பிலஹரியும் கேதாரமும் பாடி ஆகாசம் முழுக்கப் பூப்பூவாக உலுக்க வேண்டிய வேளையிலே, இதென்னடா ஒப்பாரி! உனக்கென்ன, பைத்யம் கியத்யம் பிடிச்சிருக்கா!”

பிள்ளையாண்டன் நாகஸ்வரத்தைத் தடவிக் கொண்டே உட்கார்ந்திருந்தான். பேசவில்லை.

“கண்ணைப் புட்டுக்கிறதுக்கு முன்னாடி இந்த ஒப்பாரி வச்சு அழுவவா, உனக்கு வித்தை சொல்லிக் குடுத்தது? இதுக்கு ஆத்தங்கரைத் தெருவிலே ஒரு கசாப்புக்கடை வச்சுக்கிட்டு, கறி கொத்திக்கிட்டு உக்காந்திருக்கலாமே. நாயனம் எதுக்கு? ஒத்து எதுக்கு? ஏன் மூஞ்சியைச் சிணுக்குறே? நான் சொல்றது கசக்குதா?... சொல்லேண்டா! வாயைத் தொறந்து பதில் சொல்லு!”

“இன்னிக்கிக் கச்சேரின்னீங்களே. அதுக்குத்தான் சாதகம் பண்ணிக்கிட்டிருந்தேன்” என்று வாயைத்

திறந்தான் பிள்ளையாண்டன். ரொம்ப சாவதானமாகப் பதில் சொன்னான்.

"சாதகமா?... ஹ்ம்!" என்று கிண்டலாக ஒரு ஹூம்காரம். பளார் என்று ஓர் அறை விட வேண்டும்போல அவருக்குப் பற்றிக்கொண்டு வந்தது. அடுத்த க்ஷணம் ஒரு சந்தேகம் வந்தது. புத்தி ஸ்வாதீனம் இல்லையோ இவனுக்கு என்று நினைத்தார்.

"கச்சேரி பண்ணப்போவது யாரு தெரியுமில்லே?"

"..."

"யாரு தெரியுமான்னேன்?"

"..."

"தொறவேண்டா வாயை!"

"நீங்கதான்."

"நான்தானே! அப்ப உன்னைக் கூட உக்காத்தி வச்சுக்கிட்டு இந்த ஒப்பாரி, நவதான்ய கோத்ரம், இந்தச் சினிமாப் பாட்டு எல்லாத்தையும் வாசிக்க உடுவேன்னு நெனச்சியா? பெருச்சாளி அஞ்சறைப் பெட்டியைக் கவுத்த மாதிரி, இந்தச் சத்தம் எல்லாம் அங்க வந்து ஊதலாம்னு நெனச்சியா?"

"கச்சேரி கேக்கறவங்க வெள்ளைக்காரங்கப்பா ..."

"ஆமாம், அதுக்காக?"

"அவங்களுக்குப் புரியும்படியா ஏதாவது வாசிச்சாத்தானே தேவலாம்."

"நீ இப்ப என்ன சொல்றே! நான் வாசிக்கிறது அவங்களுக்குப் புரியப்போவதில்லே. என் பேரைக் காப்பாத்தறதுக்காக நீ புரியும்படியா இந்த மாதிரி ரண்டு வாசிச்சு, நம்ம ஊருக்கு வந்தது வீணாப் போயிடலேன்னு நெனச்சுக்கும்படியா அவங்களையும் செஞ்சுடப் போறேன்னு சொல்லு!"

தங்கவேலு மௌனம் சாதித்தான்; ஏதோ அவர் சொல்வது சரிதான் என்று ஆமோதிப்பதுபோல. தகப்பனார் கிண்டல் சாட்டைச் சாட்டையாக அவன்மீது விழுந்தாலும், உண்மை என்னவோ தன் பக்கந்தான் என்று தியாகிபோல மௌனம் சாதித்துக்கொண்டிருந்தான் அவன்.

"ஐயரு என்ன சொன்னாரு தெரியுமில்லே? அப்பட்டமாக நம்ம சங்கீதம்னா வேணும்னு கேட்டாரு. வந்திருக்கிறவங்க அதைத்தான் கேட்டாங்களாம். அவங்களுக்குப் புடிக்குதோ

புடிக்கலியோ இப்ப என்னாத்தைத் தெரியும். புடிக்காதுன்னு நீயே இப்பவே சமாதி கட்டிப்பிட்டியா என்ன? புரியக்கூடியதாக் கேக்கணும்னு வரலை அவங்க. நம்ம சங்கீதம் எப்படி இருக்கும்னு தெரிஞ்சுக்கணுமாம். வாசிச்சாத்தானே புரியுதா இல்லையான்னு தெரியும். நீ இந்த ‘டபக்கு டபா’வை வாசிச்சு, ‘இதான் எங்கள் சங்கீதம்’னு கொடி கட்டலாம்னு பாக்கறே..! ஆகாகா! நம்ம சங்கீதத்து மானத்தைக் காப்பாத்தணும்னு எவ்வளவு அக்கறை! எவ்வளவு கவலை!...”

பையன் புன்சிரிப்புச் சிரித்தான். பிள்ளைக்கும் சிரிப்பு வந்தது.

“சிரிடா சிரி... சீச்சீ போ... வாத்தியத்தை எடுத்து அலம்பி வை!”

வாத்தியத்தை உறையில் போட்டுக் கட்டி, ஆணியில் மாட்டிவிட்டு அப்பால் போனான் தங்கவேலு பிள்ளை, அங்கேயே ஜன்னலோரமாக இருந்த பெஞ்சின்மீது உட்கார்ந்து, தாழம் பெட்டியை உருவிக் கொட்டைப் பாக்கைச் சீவ ஆரம்பித்தார்.

அந்த இடத்தில்தான் பரம்பரையாக வாத்தியங்கள் தொங்கிக்கொண்டிருக்கின்றன. பிள்ளையாண்டான் இப்போது ஊதுகிற வாத்யம், அவர் தந்தை வாசித்து, அமிருதமாகப் பொழிந்த வாத்யம். திருச்சேறைக் கோயிலில் அவர் வாசித்த உசேனி ராகத்தை நினைத்தால் இப்போதுகூட உடல் சிலிர்க்கிறது. எவ்வளவு உருக்கம்! எவ்வளவு ஜீவன்! எவ்வளவு ஸ்வானுபூதி! நாதத்தின் உயிரைக் கவ்வும் குழைவு! அதே வாத்யத்தில்தான் இப்போது தங்கவேலு கில்லாடி அபஸ்வரங்களை ஊதித் தள்ளிக்கொண்டிருக்கிறான்.

ஒரு வருஷமாக அந்தக் கவலைதான் அவருக்கு. கல்யாணங்களில் எட்டுத் திக்குக்கும் ஓலமிடும் சினிமாப் பாட்டுக்களை நாகஸ்வரத்தில் சாதகம் செய்துகொண்டு வந்தான் தங்கவேலு. மக்களை ரஞ்ஜகம் செய்யச் சக்தியில்லை என்று அவரை ஆதியிலிருந்தே உலகம் ஒதுக்கிவிட்டது. அதற்காக அவர் கவலைப்படவில்லை. ஆதீனத்துக் கோயில், மான்யம் அளிக்கிற வரையில் சங்கீதம் உயிரிழக்காமல் நடமாடிக்கொண்டிருக்கும் என்று அவருக்குத் தைரியந்தான். ‘வயிற்றுக்கு இருக்கிறது. சோறு துன்னது போக இரண்டு ஜதை வேஷ்டி, மேலுக்கு இரண்டு துணுக்கு, அவளுக்கு நாலு சேலை, அவனுக்கு நாலு வேஷ்டி – இவ்வளவுக்கும் காணும். மனிதனுக்கு இதைவிட வேறு என்ன தேவை?’ இதுதான் புரியவில்லை. தோடாவும் பெயரும் பத்திரிகையில் படமும் வேண்டாம். தலையெடுத்து

இருபத்தைந்து வருஷமாக இப்படி ஒரு பயலைச் சட்டை செய்யாமல் காலம் ஓடிவிட்டது. இனிமேல்...

இந்தத் தங்கவேலுக்கும் ஞானத்தில் ஒன்றும் குறைச்சல் இல்லை. அவரும் மனித சரீரம் ஏதோ எப்படியோ என்று தெரிந்தவற்றையெல்லாம் அவசர அவசரமாக அவனுக்கு உருவேற்றிக்கொண்டுதான் வந்தார். ஆனால் இந்த அசத்து, 'அம்மாசிப் பீடை'க்குத் தத்தாரிகளை, ஞான சூன்யங்களைத் திருப்தி செய்யவேண்டும் என்று எப்படித்தான் தோன்றிற்றோ? – சங்கீதத்துக்குத்தான் விநாச காலம் வந்துவிட்டதா? கடவுளே அழிந்துகொண்டிருக்கும்போது, அவருடைய பெயர் அழிய எத்தனை நாளாகப்போகிறது?

நாகஸ்வரம் அதே உறையில்தான் தொங்கிக்கொண்டிருக்கிறது. அவர் தந்தை காலத்திலேயே போட்ட முரட்டுப் பட்டு உறை. ஆனால் நாகஸ்வரம், வேறு எதற்கோ உறையாகிவிட்டது!

'நாம் செய்வதுதான் தவறா? ஜனங்களுக்குப் புரியாத சங்கீதம் சங்கீதமா? புரியாத ஒரு கலை கலையாக இருக்குமா?'

'நம் வாத்தியத்தைக் கேட்டு, நாலு பேர் சந்தோஷப்பட வேண்டுமென்றுதானே கூப்பிடுகிறார்கள்? அவர்களை விட்டுவிட்டு நாம்பாட்டுக்கு எங்கோ ஒரு உலகத்தில் திரிந்துகொண்டிருப்பது முறைதானா?'

எத்தனையோ வருஷமாகக் கேட்டுக்கொண்டிருக்கிற கேள்விதான். ஒரு வருஷமாகத் தினம் தினம் இந்தக் கேள்வி வர ஆரம்பித்துவிட்டது. மலயமாருதத்தை ஒரு சஞ்சாரம் செய்துவிட்டு, திடீரென்று ஒரு கூத்தாடி மெட்டை வாசித்தான் தங்கவேலு. விடியற்காலை... என்ன அபஸ்வரம்! குரங்குக்கு லோலக்கும் சட்டையும் போட்டு ஆட்டுகிறாற்போல ஒரு தோற்றம் அந்தப் பாட்டைக் கேட்கும்போது அவர் முன் எழுந்தது.

ஏதோ ஆவல் தூண்ட, பிள்ளை அவசர அவசரமாக உறையை அவிழ்த்து, நாயனத்தை உதட்டில் வைத்தார். அந்த அபஸ்வரம் அவருக்கு வரவில்லை. எந்த ஸ்வரத்திலும் சேராமல், ஒரு பிடி ஒன்று அவரைக் திணற அடித்தது. வாய் நிறையத் தண்ணீரை வைத்துக்கொண்டு மல்லாந்து படுத்தவாறே நீளமாகத் துப்பினால் நுனியில் போய் வளைந்து விழுமே – அந்த மாதிரி ஒரு பிடி. 'என்ன ஸ்வரம்டா இது?' யோசித்தால் ஆதார சுருதியில்கூட உதைத்துவிட்டுத் துண்டாக நின்றது அது! 'அட, இப்படி ஒரு சங்கீதமா? சுருதியை விட்டுவிட்டு ஒரு ஸ்வரமா? சீ...'

'சீ' என்று சொன்னாரே ஒழிய அதுவும் ஒரு வித்தைதானே என்று மறுபடியும் அதைப் பிடித்துப் பார்த்தார் அவர். அந்தப் பிடி அவர் பிடியில் அகப்படவில்லை. அவர் பிடிவாதமும் பிடியின் பிடிவாதமும் சேர்ந்து போரைத் தொடங்கின. திணறி ஒரு சிரிப்புச் சிரித்தார் பிள்ளை.

"அப்படியில்லேப்பா... இதைப் பாருங்க" என்று குரல் கேட்டது.

பிள்ளையாண்டான் தோப்பன்சாமி மாதிரி நிலையண்டை வந்து பிடியைக் கற்றுக்கொடுப்பதற்காக நின்றான்.

"பலே!"

"அது."

"எங்கே வாசி பார்ப்பம்!"

பிள்ளையாண்டான் வாசித்தான்.

"அந்த அபஸ்வரத்தை – அப்பன் பேர் தெரியாத மாதிரி ஒரு ஸ்வரம் வருதே – அதை எப்படிடாலெ பிடிக்கறே? எனக்கு வரமாட்டேங்குதே!"

மறுபடியும் முயன்று பார்த்தார். வரவில்லை.

"இப்படிப் புடிச்சா?"

"வேறு ஒரு பிடி."

"அது நம்மடவங்க சங்கீதமால்ல போயிடுது?"

"இது யாருது?"

"இது வேறே"

"எந்தத் தேசம்?"

"அது என்னமோ?"

"பிள்ளை இடுப்பில் சோமனைக் கட்டிக்கொண்டு எட்டு அங்கமும் தரையில் பட, ஒரு நமஸ்காரம் செய்து எழுந்தார்."

"யாருக்குத் தெரியுமுல்ல இது? இந்த அபஸ்வரத்துக்கு. இனிமே அந்தப் பக்கமே நான் பாக்கமாட்டேன்."

"என்னாங்க இது?" என்று காபியைக் கொண்டு வந்த அவர் சம்சாரம் கண்ணை அகல விழித்தாள்.

"நமஸ்காரம்."

"யாருக்கு?"

"நீ பத்து மாசம் சுமந்து பெத்திருக்கயே, அவரு பாடற சங்கீதத்துக்கு."

"சும்மா ஒரு சினிமாப் பாட்டும்மா" என்றான் தங்கவேலு.

"ஏன் உங்களுக்கு வரல்லியா?"

"நூறு ஜன்மம் பாலாபிஷேகம் செய்தாத்தான் வரும்போல் இருக்கு!" என்று பிள்ளை சிரித்தார்.

ஓர் ஒப்பந்தம் மாதிரி, சொல்லாமல் செய்துகொண்டார்கள் தந்தையும் பிள்ளையும். கல்யாண ஊர்வலங்கள் முடிகிற தறுவாயில் சினிமாப் பாட்டுக்குச் சீட்டோ, உத்தரவோ வந்தால் அதைத் தங்கவேலு நிர்வாகம் செய்ய வேண்டியது. பிள்ளை எங்கேயாவது திண்ணையில் போய்ப் படுத்துக்கொண்டுவிடுவார்.

இரவு வேளைகளில் புதிது புதிதாக இந்தப் பாட்டுக்களைச் சாதகம் செய்துவந்தார் பிள்ளை. திடீரென்று காலையில் இதைக் கேட்டதுந்தான் அவருக்குத் தூக்கிவாரிப் போட்டது.

பிள்ளை நாயனத்தைப் பார்த்தார்.

வெள்ளைக்காரர்களாம்! சங்கீத கோஷ்டியாம்! சுத்தமான தெற்கத்தி சங்கீதம் கேட்கவேண்டும் என்று ஆசையாம்.

'எந்தச் சங்கீதம், கேட்டு வெகுகாலத்திற்குப் பிறகும் கூடக் கண்டா நாதத்தின் ஊசலைப்போல, ஹ்ருதயத்தில் ஒலிக்குமோ, மறையாமல் ஒலித்துக்கொண்டிருக்குமோ, அந்த மாதிரி சங்கீதம் கேட்க வேண்டுமாம்' என்று வக்கீல் மணி ஐயர் முந்தாநாள் காலையில் வந்து சொன்னார்.

"எதுக்குய்யா அவங்களுக்கு இந்த வம்பெல்லாம்?" என்று ஆரம்பித்தார் பிள்ளை. "கருவேப்பிலைக்கு, வெட்டிவேருக்கு, பாலுக்கு எல்லாத்துக்குந்தான் இமிடேசன் வந்திடுச்சு. சுத்தமாவது சங்கீதமாவது? என்னங்க பைத்தியம் இது!"

"உலகம் இன்னும் அப்படிச் சீரழிஞ்சு போயிடலை. உங்களுக்கு என்ன அதெல்லாம்? நான் சொல்றேன். நீங்க வாசிக்க வேண்டியதுதானே."

"நாலு கீர்த்தனம் வாசியுங்கோ போதும். தவுல்கூட வாண்டாம். ஆத்மார்த்தமா, எப்படித் தனியா உட்கார்ந்திண்டு வாசிப்பேளோ, அந்தமாதிரி வாசிச்சா போதும். எதிரே இருக்கிறவன் சட்டையையும் நடையையும் உடையையும் பார்க்கக் கூட வாண்டாம். நீங்க பாட்டுக்குக் கண்ணை மூடிக்கொண்டு, ரெண்டு கீர்த்தனம் வாசிச்சாப் போதும்."

"ஓய் நீங்க பொல்லாத ஆளுய்யா..!" என்று சிரித்தார் பிள்ளை.

"சட்டை கிட்டை போட்டுக்கணுமோ?"

"உங்க இஷ்டம். வந்திருக்கறவன் நிறைகுடமாக இருக்கிறான். பேசிண்டிருந்தேன். அப்படித்தான் தோணித்து. நீங்க சட்டை போட்டுண்டா என்ன? போட்டுக்காட்டா என்ன?"

இரவு ஆறு மணிக்குக் கச்சேரி. என்ன வாசிக்கலாம் என்று கண்விழிக்கும்போதே திட்டமிடத் தொடங்கினார் அவர். நாராசம் போல் தங்கவேலுவின் புதுச் சாதகம் நினைவைக் கலைத்துவிட்டது.

மீண்டும் கசப்பையும் அலுப்பையும் ஒதுக்கிவிட்டு அமைதியைத் தேடுவதற்காக ஒரு ராகத்தைப் பிடித்துக்கொண்டு மனதிற்குள்ளேயே அதன் வடிவைக் கண்டு, திகைத்துப் போய் ஆனந்த வெள்ளத்தில் திளைத்தன, அவருடைய மனம், ஆத்மா எல்லாம். அப்படியே சுவரில் சாய்ந்தபடியே தூங்கிவிட்டார் அவர்.

ஒற்றை மாட்டு வண்டியிலிருந்து இறங்கி, பிள்ளை வக்கீல் ஐயர் வீட்டில் நுழைந்தார். தங்கவேலுவும், வாத்தியங்களைத் தூக்கிக்கொண்டு ஒத்துக்காரரும் பின்னால் வந்தார்கள்.

பெரிய ஹால். வாசலிலிருந்தே அவரைக் கையைப் பிடித்து அழைத்துப்போன வக்கீல் உள்ளே குழுமியிருந்த கோஷ்டியை ஒவ்வொருவராக அறிமுகப்படுத்தி வைத்தார்.

"இவர்தான் பிலிப் போல்ஸ்கா, இந்தச் சங்கீத கோஷ்டியின் தலைவர்."

பிலிப் போல்ஸ்கா மகரிஷி மாதிரி இருந்தான். வயது எழுபது இருக்கும்போல் இருந்தது. தலையில் வழுக்கை இல்லை. பொல்லென்று வெளுத்துப்போன மயிர் தலையில் பறந்துகொண்டிருந்தது. சற்று நடுத்தர உடலம். கண் பெரிய கண். மேலும் கீழும் தொட்டும் தொடாததுமாக விழிகள் அமைந்திருந்தன. பார்த்தும் பார்க்காதவை போன்ற விழிகள்; நீலவிழிகள். ஆள் தூங்குகிறானோ, அல்லது வேறு எங்காவது நினைத்துக்கொண்டிருக்கிறானோ என்று சந்தேகம் எழுப்பும் விழிகள். அந்தக் கண்களை ஒரு விநாடி பார்த்தார் பிள்ளை. சுருக்குப் போட்டு இதயத்தை இழுப்பது போன்ற ஓர் உணர்ச்சி. அவர் உள்ளம் போல்ஸ்காவிடம் ஒரு தாவாகத் தாவிற்று.

"நிறைகுடம்னு சொன்னீங்கள்ள, ஞாபகமிருக்கா?" என்று வக்கீலைப் பார்த்தார்.

தி. ஜானகிராமன்

"இருக்கு."

"சரியான வார்த்தை! கண்ணைப் பாருங்க. முகம் எவ்வளவு அழகாயிருக்கு, பாத்தீங்களா?"

"நானும் அதைத்தான் யோசிச்சிண்டிருக்கேன். நீங்க சொன்னதைச் சொல்லட்டுமா?"

"வாண்டாம். முகஸ்துதி எல்லாம் நமக்குள்ளேயே இருக்கட்டும். தேசம் விட்டுத் தேசம் வாணாம். என்ன சொன்னேன்னு கேட்டான்னா, ரொம்பச் சந்தோசம் அவரைப் பார்த்ததிலேன்னு சொன்னான்னு சொல்லுங்க."

போல்ஸ்காவுக்குப் பிறகு, கூட வந்திருந்த இருபது இருபத்தைந்து பேருக்கும் வக்கீல், பிள்ளையை அறிமுகப்படுத்தினார்.

மேலே ஏறி உட்கார்ந்து ஒத்துக்காரன் ஆரம்பித்ததும், ஓலையைச் சரிபண்ணிக்கொண்டார் பிள்ளை. தங்கவேலு மேடைக்குப் பின்னால் உட்கார்ந்துகொண்டான்.

நாட்டையைக் கம்பீரமாக ஓர் ஆலாபனம் செய்து கீர்த்தனத்தைத் தொடங்கினார்.

போல்ஸ்காவின் முகத்தில் புன்முறுவல் தவழ்ந்தது. விழி மேலே செருகியிருந்தது. அமிருத தாரையாகப் பெருக்கெடுத்த நாதப் பொழிவில் அவன் தன்னை இழந்துவிட்டான் போல் தோன்றிற்று. நாதம் அவனுடைய ஆத்மாவை, காணாத லோகங்களுக்கும் அநுபவங்களுக்கும் இழுத்துச் சென்றதுபோல் தோன்றிற்று. சளைத்துப்போய் ஆற்றோடு போகிறவனைப்போல், இஷ்டப்படி வெள்ளம் தன்னை அடித்துப் போகும்படி விட்டுவிட்டான் அவன்.

சட்டென்று நாதம் நின்றது. போல்ஸ்காவின் கண் இன்னும் அந்த அநுபவத்தில் திளைத்துக்கொண்டிருந்தது. மேலே செருகிய விழிகள் கீழே இறங்கிப் பிள்ளையைப் பார்க்க ஒரு நிமிஷம் ஆயிற்று.

டையும் கால்சட்டையுமாகச் சப்பணம் கட்டி அமர்ந்திருந்த அந்தக் கூட்டம் பிள்ளையைப் பார்த்துக்கொண்டிருந்தது.

"ஐயா, ஒரு சின்னச் சோதனை வைக்கப்போறேன்" என்றார் பிள்ளை, வக்கீலைப்பார்த்து.

"என்ன!"

"பாருங்களேன்."

வக்கீல் ஒன்றும் புரியாமல் அவரைப் பார்த்தார். பிள்ளையின் முகத்தைப் பார்த்த அவருக்கு ஒன்றும் புரிந்துகொள்ள முடியவில்லை.

"தஸரிமா ... மா" என்று ஆரம்பித்தார் பிள்ளை.

சாமா ராகம் என்று அடையாளம் கண்ட வக்கீல், பிள்ளையை வைத்த கண் எடுக்காமல் பார்த்தார். ராகம் கொஞ்சம் கொஞ்சமாக மலர்ந்துகொண்டிருந்தது. நடு நிசியில் தோட்டத்தில் மலர்ந்து மணத்தைப் பெருக்கும் – அமைதியான மணத்தை வீசும் – பவழமல்லியின் நினைவு அவருள்ளத்தில் தோய்ந்தது. அவர் சிரம் அங்கும் இங்கும் விட்டுவிட்டு வரும் அந்த மணத்திற்கு இசைவாக அசைந்துகொண்டிருந்தது. ராகம் வளர்ந்துகொண்டிருந்தது.

யாரோ கையாட்டுகிற மாதிரி இருந்தது. திரும்பிப் பார்த்தார் வக்கீல். போல்ஸ்காதான். அவன் உடல் ராகத்தோடு இசைந்து அசைந்துகொண்டிருந்தது. இரண்டு கைகளையும் எதையோ வாங்கிக்கொள்வதுபோல் நீட்டிக்கொண்டிருந்தான். முகத்தில் ஒரு புன்சிரிப்பு. சன்னதம் வந்தவன் மாதிரி அந்த முகம் நினைவிழந்து எங்கேயோ ஆகாசத்தைப் பார்த்துக்கொண்டிருந்தது.

திடீரென்று உட்கார்ந்திருந்தவன் எழுந்துவிட்டான். கையை நீட்டியபடியே நின்றுகொண்டு, மெல்லிய காற்றில் அசையும் சம்பங்கி மரம் மாதிரி ஆடினான். ராகம் இன்னும் வளர்ந்தது.

நின்றுகொண்டிருந்தவன் அடியெடுத்து வைத்தான். கைகளை நீட்டி ஏந்திக்கொண்டே அடியெடுத்து வைத்தான். நடந்து நடந்து மேடை முன் வந்ததும், மெதுவாக முழந்தாளிட்டு உட்கார்ந்துகொண்டான். கையை மேடையோரத்தில் வைத்து முகத்தைப் புதைத்துக்கொண்டான்.

வக்கீலும் போல்ஸ்கா கோஷ்டியும் போல்ஸ்காவையே பார்த்துக்கொண்டிருந்தார்கள். போல்ஸ்கா எந்த உலகத்தில் அலைகிறானோ? எந்த வானில் திரிகிறானோ?

அவன் தவத்தைக் கலைத்துவிடப் போகிறோமே என்று பயந்தாரோ என்னவோ பிள்ளை? ராக ஆலாபனத்தைக்கூட ஓர் இடத்தில் நிறுத்தாமல் அப்படியே கீர்த்தனையைத் தொடங்கிவிட்டார்.

"சாந்தமுலேகா ..." குழந்தையைக் கொஞ்சுகிறது போல அந்த அடி கொஞ்சிற்று. சத்யத்தைக்கண்டு இறைஞ்சுவது போல் கெஞ்சிற்று.

போல்ஸ்காவின் மெய் சிலிர்த்தது, முதுகு ஒரு சொடுக்குடன் உலுக்கியதில் தெரிந்தது.

கீர்த்தனம் முடிந்தது. வாத்தியம் நின்றது.

மேடையில் கைவைத்து, முகத்தைப் புதைத்துக்கொண்டிருந்த போல்ஸ்கா ஓர் எட்டு எட்டிப் பிள்ளையின் கையைப் பிடித்தான், கெஞ்சுகிறாற்போல ஒரு பார்வை.

பிள்ளை திருதிருவென்று விழித்தார், தைரியத்தைத் தருவித்துக்கொண்டு குழந்தையைப் பார்த்துச் சிரிப்பது போல ஒரு சிரிப்புச் சிரித்தார்.

"மிஸ்டர் பிள்ளை, மிஸ்டர் பிள்ளை" என்று கையைப் பிடித்துக்கொண்டே கெஞ்சினான் போல்ஸ்கா. குரல் நடுங்கித் தழுதழுத்தது.

"மிஸ்டர் பிள்ளை! வேறு ஒன்றையும் வாசிக்காதீர்கள். என் உயிர் போய்விடும் போல் இருக்கிறது. வேறு வேண்டாம்."

பிள்ளை பாஷை தெரியாமல் விழித்தார்; வக்கீலைப் பார்த்தார்.

"மிஸ்டர் பிள்ளை! இதையே வாசியுங்கள் – இல்லாவிட்டால், என் ... என் உயிர் போய்விடும்."

"பிள்ளைவாள், சாந்தமுலேகாவையே திரும்பி வாசிக்கச் சொல்றார்" என்று நிசப்தத்தைக் கலைக்கத் துணிவில்லாமல் மெதுவாகச் சொன்னார் வக்கீல்.

மீண்டும், "சாந்தமுலேகா!"

"எஸ், எஸ்" என்றான் போல்ஸ்கா.

தலை அசைந்துகொண்டிருந்தது. கீர்த்தனம் முடிந்தது.

"நிறுத்த வேண்டாம்" என்று கெஞ்சினான் போல்ஸ்கா.

"நிறுத்தாதிங்கோ, பிள்ளைவாள். ஆவேசம் வந்தவன் மாதிரி இருக்கான். பேசாமெ வாசியுங்கோ."

மீண்டும் அதே நாதம் பொழிந்தது.

ஐந்து, ஆறு தடவை திருப்பித் திருப்பிக் கீர்த்தனத்தை வாசித்து முடித்தார் பிள்ளை. கடைசியில் நாதம் மௌனத்தில் போய் லயித்ததுபோல, இசை நின்றது.

போல்ஸ்கா அப்படியே தலையை அசைத்துக்கொண்டே இருந்தான். கோயில் மணியின் கார்வையைப்போல அந்த

நிச்சப்தத்தில் அவன் சிரமும் உள்ளமும் ஆத்மாவும் அசைந்து ஊசலிட்டுக்கொண்டிருந்தன. மூன்று நிமிஷம் ஆயிற்று.

வக்கீல் ஒரு பெருமூச்சு விட்டார். தொண்டையில் வந்த கரகரப்பை, பயந்து பயந்து கனைத்தார்.

திருப்பிப் பார்த்தான் போல்ஸ்கா.

"மிஸ்டர் ஐயர், மிஸ்டர் பிள்ளை, இதில் ஏதோ செய்தி இருக்கிறது. ஏதோ போதம் கேட்கிறது. எனக்கு ஒரு செய்தி; எந்த உலகத்திலிருந்தோ வந்த ஒரு செய்தி கேட்கிறது. அந்தப் போதத்தில்தான் திளைத்துக்கொண்டிருக்கிறேன். இன்னும் எனக்கு வேகம் அடங்கவில்லை. செய்திதான் அது. எனக்காக அனுப்பிய செய்தி. உலகத்துக்கே ஒரு செய்தி. உங்கள் சங்கீதத்தின் செய்தி அது!"

குழந்தையைப்போல் சிரித்துக்கொண்டே நினைத்ததைச் சொல்லத் தெரியாமல் தடுமாறினான் போல்ஸ்கா.

"புரிகிறதா?" என்று கேட்டான்.

"புரிகிறாற்போல் இருக்கிறது" என்றார் வக்கீல்.

"எனக்கு நன்றாகப் புரிகிறது. அது செய்தி. உலகத்திலேயே எந்தச் சங்கீதமும் இந்தச் செய்தியை எனக்கு அளிக்கவில்லை. இரண்டு கைகளையும் நீட்டி அதை நான் ஏந்தி வாங்கிக்கொண்டு விட்டேன். ஒருவரும், ஒரு கலையும், ஒரு சங்கீதமும் கொடுக்காத செய்தியை நான் இப்போது பெற்றுக்கொண்டுவிட்டேன். நீங்கள் இப்போது என்னை உடலை விட்டுவிடச் சொன்னால், நான் விட்டுவிடத் தயார்" என்றான்.

"என்னாங்க?" என்று கேட்டார் பிள்ளை.

வக்கீல் மொழிபெயர்த்துச் சொன்னார் கேள்வியை.

"என்ன தோன்றிற்று என்று கேட்கிறாரா? மிஸ்டர் ஐயர், மிஸ்டர் பிள்ளை! உலகம் முழுவதும் பிணக்காடாக கிடக்கிறது. ஒரே இரைச்சல், ஒரே கூச்சல், ஒரே அடிதடி: புயல் வீசி மரங்களை முறிக்கிறது. அலை உயர உயர எழுந்து குடிசைகளை முழுக அடிக்கிறது. இடி விழுந்து சாலையின் மரங்கள் பட்டுப் போகின்றன. கட்டிடம் இடிந்து விழுகிறது. எங்கே பார்த்தாலும் ஒரே இரைச்சல்... இந்தப் போர்க்களத்தில், இந்த இரைச்சலில், நான் மட்டும் அமைதியைக் காண்கிறேன். மெதுவாக இந்த இரைச்சல் தேய்ந்து, இந்தப் பிரளயக் கூச்சலும் இரைச்சலும் மெதுவாக அடங்கித் தேய்கிறது. ஓர் அமைதி என் உள்ளத்தில் எழுகிறது. இனிமேல் இந்த இரைச்சலும் சத்தமும் யுத்தமும்

என்னைத் தொடாது. நான் எழுந்துவிட்டேன். அரவமே கேட்காத உயரத்திற்கு, மேகங்களுக்கும் புயலுக்கும் அப்பாலுள்ள உயர்விற்கு, எழுந்து, அங்கே அமைதியை, அழியாத அமைதியைக் கண்டுவிட்டேன். இந்த அமைதி எனக்குப் போதும். இப்போதே நான் மரணத்தை வரவேற்று, இந்த அமைதியில் கலந்துவிடத் தயாராயிருக்கிறேன்."

அமைதியுடன்தான் பேசினான் போல்ஸ்கா. வக்கீல் மொழிபெயர்த்துச் சொன்னார்.

பிள்ளை திகைத்துப் போனார்.

"அமைதியா, அப்படியா தோணித்து இவருக்கு!"

"ஆமாம்."

"நிஜமாவா?... அப்படீன்னா, நம்ம தியாகராஜ ஸ்வாமியும் அமைதி வேணும்னுதானே, சாந்தம் வேணும்னுதானே இந்தக் கீர்த்தனத்திலே பாடியிருக்கிறாரு. எவ்வளவு ஏக்கத்தோடு கேட்டிருக்கிறாரு... அதேயா இவருக்கும் தோணிச்சாம்!"

"அப்படித்தானே சொல்கிறார் இவர்."

"வார்த்தைகூடச் சொல்லலையே நான். எப்படி இவருக்குத் தெரிஞ்சுது?"

திகைத்துப்போய் உர்கார்ந்தார் பிள்ளை.

"மிஸ்டர் போல்ஸ்கா, இந்தப் பாட்டும் அமைதி வேணும் என்றுதான் அலறுகிறது. நீங்கள் சொன்ன புயல், இடி என்ற மாதிரியில் சொல்லாவிட்டாலும், அமைதி, அமைதி என்று அமைதியைத்தான் கடைசி லஷ்யமாக இந்தப் பாட்டு இறைஞ்சுகிறது."

"அப்படியா!" என்று போல்ஸ்காவும் சமைந்துபோய்விட்டான்.

"செய்திதான் இது. நாதத்துக்குச் சொல்லவா வேண்டும்! எந்த வரம்பையும் கடந்து செய்தியை அது கொடுத்துவிடும்" என்றான் அவன்.

"இந்தக் கையைக் கொடுங்கள். வாசித்த இந்தக் கையைக் கொடுங்கள். கடவுள் நர்த்தனமாடுகிற இந்த விரலைக் கொடுங்கள். நான் கடவுளை முகர்ந்து முத்தமிடுகிறேன்" என்று பிள்ளையின் விரலைப் பிடித்து உதட்டில் வைத்துக்கொண்டான் போல்ஸ்கா.

பிள்ளைக்கும் ஒரு செய்தி கிடைத்துவிட்டது!

***சுதேசமித்திரன்*, 1955**

மறதிக்கு...

"தாத்தாச்சாரி, நாலு கார்டு வேணும்யா!"

"எனக்கு ஒரு மணியார்டர் இருக்கணுமே, தாத்தாச்சாரி?"

"ஓய் தாத்தாச்சாரி, நாளைக்கு வரபோது ஒரு பொடிப்பட்டை வாங்கிண்டு வாரும்... மறந்து போயிடப்படாது. உம்மைத்தான் நம்பியிருக்கேன்."

"தாத்தாச்சாரி, இன்னிக்குத் துவாதசியாச்சே. இங்கேதான் சாப்பிட்டுப் போயிடுமே."

"தாத்தாச்சாரி, போறபோது இந்த லேகிய டப்பாவைச் சிங்கார உடையார்கிட்டெ கொடுத்துடுமே."

"வெயில் கண்கொண்டு பார்க்க முடியலே. ஏனையா, இந்த அபர வயசிலே இந்த அவதி? ரொம்பக் கௌரவமான உத்தியோகமாச்சேன்னு விட மனசு வல்லியா!"

"சாமி, நம்ப மவன் அக்கரையிலேர்ந்து எழுதி யிருக்குறானா?"

"தாத்தாச்சாரி, இப்படிச் சித்தெ உள்ள வாருமே. புளியோதரைக்குச் சாதம் பதம் போருமான்னு சொல்லிட்டுப் போமேன். நீர்தான் பண்ணிக் கொடுக்கிறேன், கொடுக்கிறேன்னு ஏமாத்திப்பிட்டீர். இன்னிக்கு அவளே பண்ண ஆரம்பிச்சுட்டா. பதமாவது பார்த்துச் சொல்லிட்டுப் போம்."

தி. ஜானகிராமன்

“தாத்தாச்சாரி, தீபாவளிக்கு ஒரு வேஷ்டி வாங்கலாம்னு இருக்கேன், உமக்குச் சிவராயர் கரை தேவலியா, கம்பிக் கரை வேணுமா, இப்பவே சொல்லிப்பிடும். இன்னிக்கிச் சாயங்காலம் வண்டி கட்டிண்டு மன்னார்குடி போப்போறேன்.”

“ஐயா! ஒரு கடுதாசி எழுதிக் கொடுக்கணுங்க!”

“சாமி, இளநி சாப்பிடுறீங்களா?”

“என்னையா தாத்தாச்சாரி, கட்டையைக் கீழ கிடத்தற வரைக்கும், தபால் கட்டை விடமாட்டீர் போல் இருக்கே!”

எல்லாம் எனக்கு நடக்கிற உபசாரந்தான். கோயிலிலே பிரபந்தம் சொல்லிக்கொண்டிருந்தால், என்னை யார் இப்படியெல்லாம் லக்ஷ்யம் பண்ணப் போகிறார்கள்! பெரிய மனுஷன் தொடங்கி சின்ன மனிதன்வரை இப்படி ராஜோபசாரம் பண்ணுகிறது எதற்காக? தாத்தாச்சாரிக்கா? தபால்காரனுக்கா? இரண்டுக்குந்தான் என்று நீங்கள் சொல்லலாம். அது என்னவோ உண்மையாகவும் இருக்கலாம். ஆனால் என்னைக் கேட்டால், ‘தபால்காரனுக்காக’ என்றுதான் சொல்லுவேன். ஏழு ஊர்களின் க்ஷேம லாபங்களைச் சுமக்கிறவனுக்கு, மரியாதை, கேட்டா வரவேண்டும்? ‘என்னையா, ரொம்பக் கௌரவமான உத்யோகமாச்சேன்னு விட மனசு வரலியா உமக்கு?’ என்று குறும்புக் கேள்வி போடுகிறார் சிதம்பரையர். இந்த அறியாதவருக்கு நான் என்ன பதில் சொல்லுகிறது? சாக்ஷாத் பரந்தாமனுடைய நிலைக்கு இது ஒன்றும் குறைவில்லை. ஒரு வித்தியாசம் மட்டும் சொல்லலாம். மற்றச் சிந்தை ஏதுமின்றி என்னையே நினைத்துக்கொண்டிருக்கும் தொண்டர்களின் யோக க்ஷேமங்களை நானே சுமக்கிறேன் என்று, ‘யோக க்ஷேமம் வஹாமயகம்’ என்று அருளினார் பரந்தாமன். நானோ ஏழு ஊர்களின் க்ஷேம லாபங்களைச் சுமப்பதால், என்னைச் சிந்திக்கிறார்கள். ஆகவே காரண காரியங்கள் மட்டும் இடம் மாறியிருக்கின்றன.

“ஏனையா இந்த அபர வயசிலே இந்த அவதி?” என்று அதே சிதம்பரையர்தான் கேட்கிறார். அப்படி ஒன்றும் அபர வயசாக ஆகிவிடவில்லை. இந்த ஐப்பசி உத்திராடத்தோடு அறுபத்திரண்டு முடிகிறது. இன்னும் இரண்டே வருஷந்தான் ரிடயராக இருக்கிறது. தபால் இலாக்காவுக்கு மனுப் போட்டபோது, நேரில் கூப்பிட்டு வயதைக் கேட்டார்கள். வாயில் இருபத்து மூன்று என்று வந்துவிட்டது. பொய்யென்று சொல்லவில்லை. ஏதோ வாய் நழுவி விழுந்துவிட்டது, அவ்வளவுதான். ஏன் வந்தது என்று கேட்டால் எனக்குக் காரணம் சொல்லத் தெரியவில்லை.

ஏதோ பகவத் சங்கல்பம். வேற என்ன சொல்கிறது! என் வயதைக் கேட்ட அதிகாரியும் (சாரனூர் போஸ்ட் மாஸ்டர்) "நிஜமாகவா?" என்று ஒரு கேள்வியாவது கேட்டிருக்கலாம். கேட்கவில்லை. முகம் முற்றியிருந்தால் தானே கேட்பார்? என் முகத்தில் பால் வடிகிறது! தேகமும் நல்ல கட்டுமஸ்து. பிரபந்தம் நாலாயிரத்தை, தொட்ட இடத்தில் தலைகீழாகச் சொல்ல முடியும்படி, தெம்புடன் சாரனூர் பெருமாளுக்குக் கைங்கரியம் பண்ணிக்கொண்டிருந்தேன். ஒன்பது வயது அதிகமாயிருக்கும் என்று ஊகிக்க அதிகாரிக்கு இடமில்லை. என் பெயரைச் சிபார்சு செய்துவிட்டார். அடுத்த வாரம் உத்தரவு வந்துவிட்டது. அன்று தூக்கின தபால் கட்டை இன்னும் எறியவில்லை. வருஷம் முப்பது முடிந்துவிட்டது. முப்பது வருஷத்துக்கும் முப்பது நாள் லீவு எடுத்திருப்பேனோ என்னமோ? சந்தேகம். என்ன முடை? நோவா நொடியா, ஒன்றும் கிடையாது. ஒரு நாள் 'பீட்'டை முடித்துவிட்டு, ஆபிஸுக்குத் திரும்பி வரும்போது எட்டு மைல் நடை கணக்காகிவிடுகிறது. என்ன பாக்கியம்! குறை சொல்ல ஒன்றுமில்லை. ஒன்றே ஒன்று சொல்லலாம். வயசுதான் எழுபதுக்குமேல் காட்டுகிறது. சுருக்கம் எல்லை மீறி விழுந்துவிட்டது. உபரியாக ஒன்பது வயதுக்கு உடம்பு மதிப்புப் போடச் சொல்லுகிறது. உடம்புதான் என்ன செய்யும்? நடுக்கோடையா? தாத்தாச்சாரி, தலை. ஐப்பசி மழையா? தாத்தாச்சாரி உடம்பு – என்று முப்பது வருஷமாக நடந்து கொண்டிருக்கும்போது, உடம்பு வாடாமல் என்ன செய்யும்? மயிர் நரைக்காமல் என்ன செய்யும்? சட்டை, குல்லாய் கிடையாது. நாலுமுழமோ எட்டுமுழமோ அரைவேஷ்டி; மேலே மூன்றுமுழத் துண்டு, வியர்வையைத் துடைத்துக்கொள்ள; வயல் வரப்பில் நடந்து போகும்போது மழை பெய்தால், பிற்பாடு ஒதுங்கின இடத்தில் துவட்டிக்கொள்ள.

இப்போதெல்லாம் இந்த வெயிலை அவ்வளவாகத் தாங்க முடியவில்லை. 'அப்பாடா!' என்று எங்கேயாவது உட்கார்ந்தால் தேவலைபோல் இருக்கிறது. இந்தத் தோல் சுருக்கத்தையும் சிரமத்தையும் கண்டுதான் இவ்வளவு உபசாரமும் கிடைக்கிறதோ, என்னவோ! அல்லது இந்த வரப்பிலே நடக்கிற நடையைக் கண்டு ஒரு பிரமிப்பாலும் இருக்கலாம்.

இந்த வேலைக்கு ஈடே கிடையாது என்று முன்னாலேயே சூசிப்பித்துவிட்டேன். ஓயாத ஒழியாத நடை; சின்னதும் பெரிதுமாகப் பொழுது விடிந்தால் இரண்டாயிரம் நெஞ்சுகளாக எனக்காக ஏங்கிக்கொண்டிருக்கிற ஏக்கம். இந்த இரண்டும் போதாதா? 'இரண்டாவது சொன்னது சரி; முதலில் சொன்னதுகூடவா – ஓயாத ஒழியாத

தி. ஜானகிராமன்

நடையா – ஒரு சுகம்?' என்று கேட்கலாம், நீங்கள். பின்னே எப்படி என் மனத்தை அலையவிடுகிறது? மனத்தில் உள்ள குமுறல்களை எப்படி மறக்கிறது? வெயிலில் வேர்க்க வேர்க்க நடந்தால்தானே முடியும்? அந்த நடைக்குத் தூக்கம் எங்கே எங்கே என்று காத்துக்கொண்டிருக்கும். இருட்டுகிற சமயத்திற்குக் கனவில்லாத தூக்கம்; மீண்டும் காலையில் நடை.

புதிர் போட்டால் என்ன புரியும்? விஸ்தாரமாகவே கேளுங்கள். ஜனகம் ஏழு வயதிலேயே என்னைக் கணவனாக வரித்துவிட்டாளாம். அந்தக் காலத்தில், 'நீ யாரையடி கல்யாணம் பண்ணிக்கப்போறே? தாத்தாவையா, பாட்டியையா?' என்று குழந்தைகளை அசட்டுக் கேள்வி கேட்பார்கள், இல்லையா? அதேதான். 'நான் தாத்தாச்சாரி மாமாவைத்தான் பண்ணிக்கப் போறேன்' என்றதாம் குழந்தை. ஜனகத்திற்கு அப்போது ஏழு வயது. அது நடந்துவிட்டது. நான் ஜனகத்தைக் கைப்பற்றும்போது அவளுக்குப் பன்னிரண்டு வயது. அந்தக் காலத்தில், நாள் கழித்துக் கல்யாணம் என்றுதான் சொல்ல வேண்டும். நானும் இருபத்தைந்து வயதைத் தாண்டிவிட்டேன். நாலு வருஷம் கழித்து, தகதகவென்று ஸ்வர்ண விக்ரகம் மாதிரி, வீட்டிற்கு வந்து குடித்தனத்தை ஏற்றுக்கொண்டாள்.

இப்போதும் கண்முன்னே நிற்கிறது. அவள் காலைப் பார்த்துக்கொண்டிருந்தாலே போதும். பளபளவென்று உந்நதமான அந்தப் பாதங்களை, நடக்கும்போது பார்க்க வேண்டும். மலர்ந்த புஷ்பங்கள் இண்டு தத்துவது போல ஒரு தோற்றம். கற்பனை என்று சொல்ல முடியவில்லை. என் கண்ணுக்கு, மனத்துக்கு இதே தோற்றம். மடவாத் தவளைபோல் பிரபந்தம் சொல்லும் தாத்தாச்சாரி வீட்டில் இப்படி ஒரு ஸ்வர்ணமயமான செளந்தர்யம் . . ! வாக்கியத்தை எப்படி முடிக்கிறது என்று தெரியவில்லை. கருவிலே திருவுடன் பிறந்து, பெருவாழ்வு வாழும் குடும்பத்தில் நடமாட வேண்டிய உருவம்!

வீடு அவரைப்பந்தல்; குண்டும் குழியுமாக மண்பூசிய தரை. உப்புப் பூத்து, தேய்ந்துபோன பல்வரிசை போல, செங்கற்கள் தேய்ந்து, இளிக்கும் முற்றத்துச் சுவர். இந்த வீட்டில் ஜனகம் நடமாடும்போது . . .? இப்படி முரணான பொருள்களை ஒரே இடத்தில் வைத்திருப்பதைத்தான் பகவானின் லீலையாகச் சொல்லுகிறார்கள் என்று தோன்றுகிறது. எவ்வளவு ரஸக் குறைவான லீலை!

நாலாயிரத்தில் இரண்டாயிரம் பிரபந்தமாவது அவளால் கேட்ட இடத்தில் சொல்ல முடியும். நான் சொல்வதைக் கேட்டுக் கேட்டே அவளுக்கு வந்துவிட்டது. எழுதப் படிக்கத்

தெரிந்தாலும், அதை அவள் படித்துக் கற்கவில்லை. நல்ல குரல். விடியற்காலையில் சிறு தூக்கத்தில் அவள் முணுமுணுக்கிற உதய ராகத்தைக் கேட்டுக்கொண்டே விழித்தது, என் நெஞ்சை நனைக்கிறது. வீடு பெருக்கி சாணி தெளிக்கும் ஓசையோடு வருகிற அந்த முணுமுணுப்பு, சற்றுக் கழித்து நெருங்கி வருகிறது. என் காலை ஏதோ பற்றுகிறது. மெல்லிசை நிற்கவில்லை. விழித்துப் பார்த்தால் அவள்தான். என் கால்விரல்களைக் கண்களோடு சேர்த்துக்கொள்கிறாள்.

முதல் தடவை இதை நான் கண்டபோது, சட்டென்று காலை இழுத்துக்கொண்டது நினைவுக்கு வருகிறது.

'என்ன அபசாரம்!' என்று பயந்தேனோ, என்னவோ?

குடும்ப நிர்வாகம் தண்ணீர் பட்ட பாடாக நடந்தது. அந்த அத்தைதான் அவளைப் பழக்கியிருக்க வேண்டும். இல்லாவிட்டால் இருக்கிறதை வைத்துக்கொண்டு அந்த மாதிரி சமையல் செய்ய முடியாது; அவரைப்பந்தலாக இருந்த வீட்டைக் கருகருவென்று தூய்மையின் வடிவாகப் பரிபாலிக்கவும் முடியாது; கட்டின புருஷனைப் பெருமாளைச் சேவிக்கிற மாதிரி சேவித்துக் கொண்டிருக்கவும் முடியாது.

அந்த அத்தை, பெண் வீட்டுக்குப் போயிருந்தாள். போனவளுக்கு திடீரென்று உடம்பு சரியாயில்லை என்று செய்தி வந்தது. அடிக்கடி ஜனகத்தை அழைத்துக்கொண்டு நான் கும்பகோணத்திற்குப் போகிற வழக்கந்தான். அந்தத் தடவை நான் போக முடியவில்லை. கோயிலில் உற்சவம். கூட இருந்த ஆராவமுதும் கண்ணனும் யாத்திரை போய்விட்டார்கள். என்னால் இடத்தைவிட்டு நகர முடியவில்லை. சாயங்காலம் ஒரு வண்டியை இரவல் வாங்கிக்கொண்டு ஆறு மைல் போய் ஸ்டேஷனில் அவளை ரயில் ஏற்றிவிடக் கிளம்பினேன். மசமசத்த மாடு. வீரையன் வாலைக் கடித்துக் கடித்து, வால் புண்ணானதுதான் மிச்சம். நல்லவேளை, ஒரு மணி முன்னாலேயே போய்ச் சேரும் திட்டத்துடன் கிளம்பினோமோ, பிழைத்தோமோ? இருந்தும் 'லெவல் கிராசிங்' போவதற்குள் வண்டி ஒரு மைலில் வந்துவிட்டது. இறங்கி ஓடினோம். கூடவே வண்டியும் வந்து ஸ்டேஷனிலும் நின்றுவிட்டது.

"நீ போ ஜனகம். நீ ஏறி உட்கார். இந்தா பணம்... ஓடு... நான் டிக்கட் வாங்கிண்டு வந்து கொடுக்கிறேன்" என்று நான் டிக்கட் ஜன்னல் பக்கம் பாய, அவள் பிளாட்பாரத்திற்குள் பாய்ந்தாள்.

"ஸார், ஸார்."

தி. ஜானகிராமன்

ஜன்னலில் ஒருவரும் இல்லை.

கத்தினேன்.

"ஸார், ஸார்!"

"எந்த ஊருக்கையா?... என்னையா இது... நல்ல இழவுய்யா இது. வண்டி போனப்புறம் கூடவா டிக்கட்டு?"

"ஸார், ஸார். பொம்மனாட்டி, வண்டி ஏறிவிட்டா சார். டிக்கட்டை மாத்திரம் கொடுக்கணும்?"

"எந்த ஊருக்கையா?"

"கும்பகோணம் ஒண்ணு."

வண்டி ஊதிவிட்டது. நகர்ந்தும் விட்டது. நான் போவதற்குள் கடைசி வண்டியே தாண்டிப் போய்விட்டது. அவள் தலை தெரிந்தது. நான் ஓடினதுதான் மிச்சம். வண்டியைப் பிடிக்க முடியவில்லை.

"வரவேண்டாம்; நான் பார்த்துக்கொள்கிறேன்" என்ற பாவனையில் அவள் ஏதோ சைகை காட்டினாள்.

பணமும் கொடுத்துவிட்டோம்; பார்த்துக்கொள்வாள். நாட்டுப்புறந்தான்; ஆனால், எங்கும் சமாளித்துக்கொள்ளக்கூடிய சமர்த்து உள்ளவள். பயம் ஒன்றுமில்லை... இரண்டு நாள் கழித்துக் கடிதம் வந்தது; சௌக்கியமாக வந்து சேர்ந்துவிட்டாள் என்று.

கவலையும் விட்டது.

ஒரு வாரம் ஆயிற்று. அவள் திரும்பி வருகிற தேதி குறிப்பிட்டுக் கடிதம் வந்ததும், அதே இரவில் வண்டியை வாங்கிக்கொண்டு அவளை அழைத்துவந்தேன்.

அத்தைக்கு உடம்பு நன்றாக குணமாகிவிட்டதாம். இன்னும் பத்து வருஷத்துக்குப் பயமில்லையாம். அத்தைக்கு வயசு எழுபது.

"உயிரை விடறதுன்னா ஏன் மனசு வரமாட்டேங்கறது?" என்று கேட்டாள் ஜனகம்.

"உயிரை விட்டுட்டா பகவான் படைச்ச உலகத்தை, சந்தோஷங்களை எப்படி அநுபவிக்கிறது?"

"அந்தச் சந்தோஷம், உலகம்—எல்லாத்தையும் வாண்டாம்னு நெனச்சா?"

"அப்படி ஒத்தரும் நினைக்கமாட்டா."

"நினைச்சாக் கேக்கறேன்."

"நினைக்க மாட்டேங்கறேனே. வாண்டாம்னு ஏன் நினைக்கணும்?"

"பிடிக்கல்லே"

"பிடிக்காமெ இராது. மகா மகா வியாதிவந்தவாகூட உசிரை விட விரும்பமாட்டா. அத்தைக்குக் கேட்பானேன்? நல்ல சமர்த்து. காப்பாத்த எல்லாரும் காத்திண்டிருக்கா. அவளுக்கு என்ன?" என்று நான் சொன்னது அவளுக்குத் திருப்தியை அளித்ததோ என்னவோ? பேசாமல் இருந்தாள்.

"கடைசியிலே விழுந்து விழுந்து ஓடினதும், வீரையன் வாலைக் கடிச்சதுந்தான் மிச்சம்னு சொல்லு. அத்தை பிழைச்சுட்டாள்."

"நல்லவேளை, ரெயிலைப் பிடிச்சோம். ஸ்டேசனுக்குக் கண்ணன் வந்திருந்தான்."

"அன்னிக்கு டிக்கட்டுக்கு என்ன பண்ணினே? நகர்ற வண்டியிலே ஓடிப்போய் ஏறினியே?... கூட்டமாயிருந்ததா? இடம் கிடைச்சுதா?"

"இடம் கிடைச்சுது."

"நல்லவேளை!"

"ஒரே ஒருத்தர்தான் இருந்தார்."

"வண்டி முழுக்கவா?"

"ஆமாம். சின்ன வண்டி. இந்தக் காமிராஉள்ளில் பாதிகூட இராது."

"என்னது!"

"ஆமாம். கார்டு வண்டி."

"கார்டு வண்டியா? அவசரத்திலே அதிலே போய் ஏறிப்பிட்டியா?"

"ஆமாம்."

"அப்படீன்னா, கும்பகோணம் வரையில் நிற்காத வண்டியாச்சே அது, அதுவரைக்கும் அதிலேதான் போனியா?"

"வேற வழி?"

"நல்லவேளை. ஏதாவது பட்டிக்காடு மாதிரி திடீர்னு பயந்துண்டு, ஓடற வண்டியிலேர்ந்து குதிக்காமெ இருந்தியே!"

தி. ஜானகிராமன்

“விழுந்திருந்தா உடனே பிராணன் போயிருக்குமில்லியா?”

“ஐயோ... நினைச்சாலே கூசறது.”

“நான் விழுந்துடலாம்னுதான் நெனச்சேன்.”

“என்ன ஜனகம், என்னைப்பாரு. தூக்கம் வரதா?”

“நன்னா முழிச்சுண்டுதான் இருக்கேன்.”

“தத்துப்பித்துன்னு என்ன இது?”

“ஏறின உடனே, அடடே கார்டு வண்டியான்னு பதறிப்போனேன். ‘பரவாயில்லையம்மா, நீங்க இப்படி உட்காருங்கோ’ன்னு ஒரு ஸ்டூலைக் காட்டினான் அவன். ‘பரவாயில்லை’ன்னு நின்னுண்டிருந்தேன். ‘கும்பகோணம் வரையில் நிக்காது இது; அதுவரையில் நிக்க முடியுமா?’ என்று கேட்டான். ‘நீங்க உட்காரலேன்னா நானும் உட்கார மாட்டேன்’னான். ‘சரி’ன்னு உட்கார்ந்து ஜன்னல் பக்கமே பாத்துண்டிருந்தேன். கொஞ்ச நாழியானதும், ‘இந்த இடத்திலே உட்கார்ந்தாத் தேவலை. அந்தப் பக்கத்திலேதான் இப்ப வர ஸ்டேஷன்’னான். எழுந்து வந்தேன். ஸ்டேஷன் தாண்டினதும், ‘நீங்க இங்க வந்து உட்காரலாம்’னான். ‘சரி’ன்னு போனேன்.”

“ம்...”

“அப்புறம் பத்து நிமிஷம் கழிச்சு மறுபடியும், ‘ஏந்துவாங்கோ, அந்தப் பக்கந்தான் இப்ப வர ஸ்டேஷன்’னான். மறுபடியும் எழுந்து போனேன் நான். நான் ஒண்டி; பயமாயிருந்தது.”

“பகவான் மேலே பாரத்தைப் போட்டாப் பயம் ஏது?”

“பகவான் மேலே நான் பாரத்தைப் போடலை. எனக்குப் பயமும் போய்விட்டது.”

“பயம் என்ன?”

“மூணாம் தடவை, ‘இப்ப இந்தப் பக்கம் ஸ்டேஷன்’னான். எழுந்து போனேன். நாலாந் தடவையும் அப்படி ஆச்சு. எனக்குச் சிரிப்பா வந்தது. அவனும் சிரிச்சான். ‘உன் பெயரென்ன?’ன்னான்.”

“உங்க பேரென்னான்னா?”

“உன் பேர்னு?”

“ஹூம்”

“சொன்னேன். ‘உனக்கு மேலே பேரும் அழகா இருக்கே’ன்னான். ‘நான் ஒண்ணும் அழகில்லை’ன்னேன். ‘நீயா, நீயா, நீயா?’ன்னு கிட்ட வந்து...”

"ம்..."

"..."

பேச்சு நின்றுவிட்டது. விளக்கின் முத்தொளியில் அவள் முகம் இழுத்துக்கொண்டது தெரிந்தது. விசும்பல் கேட்டது.

"என்ன ஜனகம்?"

வாய்விட்டு அழுகைதான் கேட்டது.

"காலைத் தொடாமலே நமஸ்காரம் பண்றேன்."

"..."

"தொடக்கூடப் பதர்றது."

"யார் அந்தப் பாவி?"

"..."

"நானும் பாவிதான்."

எனக்கு நாக்கு, நெஞ்செல்லாம் வறண்டுவிட்டது. அதிர்ச்சி நிலையைக் கடந்து, புத்திக்கு விளங்கினபோது, 'ஹூம்!' என்று வெறுத்துக்கொண்டு முனகினேன். திடீரென்று அவள் கழுத்தை நெறித்துவிடுவேன் போல் இருந்தது.

"அட பாவி, எப்படி மனசு வந்தது..!"

அழுகைதான் கேட்டது. அழுது என்ன?

"அப்புறம்?"

"விழுந்து குதிக்கலாம்னு... பாத்தேன்... பயமாயிருந்தது."

"ரெயில்லேருந்து விழறத்துக்கு மட்டுமா?"

"..."

"அப்புறம்?"

"கும்பகோணம் வந்ததும் இறங்கிப்போயிட்டேன்... காலமே தாயார் சந்நிதியிலேபோய் அழுதேன்..."

"கும்பகோணத்திலே இறங்கியிருக்க வாண்டாமே."

"அம்மா... க்..."

"ஏன் இங்கே வந்தே?"

"உங்க கையாலேயே பிராணனை விட்டுவிடலாம்னு தான்."

தி. ஜானகிராமன்

"எனக்கு ஒரு பாபத்தைக் கொண்டு வைக்கலான்னா?"

"என்னைக் கொல்றதிலே என்ன பாவம்?"

"தொட்டுத்தானே கொல்லணும்."

"தொடாமலும் கொல்லலாம்."

"தொடவும் வாண்டாம்; கொல்லவும் வாண்டாம்" என்று எழுந்து, வாசலுக்கு வந்து குறட்டில் நின்றேன். ஊர் முழுவதும் தூங்கிற்று. கோயிலின் பெரிய மதில் ஒரு துக்கமில்லாமல், ஒரு துன்பமில்லாமல் நின்றுகொண்டிருந்தது! மதிலை ஒட்டிப் போட்டிருந்த தாழ்ந்த சார்ப்பில், அடுத்த வீட்டு மாட்டின் கழுத்து மணியும் கன்றின் மணியும் உலகத்தில் ஒன்றுமே நடக்காதது போல ஒலித்துக்கொண்டிருந்தன. மாடு, வைக்கோலைப் பிடுங்கும் சலசலப்பு என்னைக்கண்டு சிரித்தது. பளபளவென்று இளமையும் வைரமும் பாய்ந்த என் உடலைக்கண்டு வைக்கோல் நகைத்தது. நகைத்ததா, 'ஐயோ பாவம்!' என்று சொல்லிற்றா, தெரியவில்லை. இந்த இருட்டில், 'உன் வைரமும் அழகும் எனக்கா தெரியப்போகிறது?' என்று சொல்லுகிறதுபோல அடுத்த வீட்டுத் திண்ணையில் குறட்டை கேட்டது. புழுதியில் படுத்திருந்த நாய், என் கனைப்பைக் கேட்டு என்னை ஒரு தடவை திரும்பிப் பார்த்து, என் அருகில் வந்து, ஒரு தடவை வாலைக் குழைத்துவிட்டு, மறுபடியும் போய்ப் படுத்துக்கொண்டது. அதற்கு மட்டும் தெரிந்துவிடப் போகிறதா?

அன்றிலிருந்து எனக்குத் தனிச் சமையல், தனித் தண்ணீர். எல்லாம் நானே செய்துகொண்டேன். தனிக் குடித்தனத்தில் இரண்டு தனிக் குடித்தனம். அவளுக்குத் தனிச் சமையல்; தனித் தண்ணீர். யாராவது விருந்து வந்தால், நான் கோயிலில் சாப்பிட்டுவிட்டுச் சாமர்த்தியமாக நிலைமையைச் சமாளித்து விடுகிற பழக்கமும், கூடப் பிறந்த குணம் போல வந்துவிட்டது.

சிரிப்பிலும் பேச்சிலும் குறைவில்லை. உதய ராகமும் நின்று விடவில்லை. வேளைக்குச் சாப்பாடு; வேளைக்குத் தூக்கம்.

முதல் இரண்டு வருஷம் தூக்கத்திற்கும் ஒன்றும் கெடுதலில்லை. அப்புறந்தான் முடியவில்லை. 'கொல்லு கொல்லு' என்று இரா முழுதும் இருமித் தீர்த்தாள் ஜனகம். உடம்பு சவமாக வெளுத்து வந்தது. கண்ணில் ஒரு புதுப் பளபளப்பு; உடல் உருகி உருகி, மெலிந்து மெலிந்து தேய்ந்தது. அப்பொழுது இந்த வைத்தியம் எல்லாம் ஏது? ரத்தின உடையார்தான் பார்த்தார். லேகியம், சிந்தூரம், பஸ்பம் – இவைதான்.

கடைசியில், இருமலும் ஒருநாள் இரவு ஓய்ந்துவிட்டது.

"ரதி மன்மதன் மாதிரி இருந்தேளேடாப்பா! என் கண்ணு இப்படிப் பறக்க விட்டுட்டுப் போயிட்டாளே!" என்று கோதைக் கிழவி வயிற்றிலும் வாயிலும் அடித்துக்கொண்டாள்.

"எந்தப் பாவி கண் பட்டுதோ! உனக்கு நீயா, நீ அவளுக்கான்னு ரெண்டு அழகுமாச் சேந்து நிக்கறதைக் காணச் சகிக்கலையோடி இந்தப் பாவி யமன்!" என்று ஜானகிப் பாட்டி அலறினாள்.

"ஒத்துமையாயிருக்கிறவாள்ளாம் சேர்ந்து வாழாமெ அடிக்கிறதே இந்தத் தெய்வம் . . . ம் . .! என்ன அநியாயம்!" என்று அதிர்ந்து போய்ப் பேயறைந்தாற்போல நின்றாள் கோதை.

கடித்த உதட்டைத் திறந்துவிட்டு நானும் வாய்விட்டு அழுதேன்.

ஒரு மாதத்திற்குமேல் ஊரில் இருக்க முடியவில்லை. யாரை மறக்கிறது? எதை மறக்கிறது? தங்கப் பதுமையையா? தங்கப் பதுமை, தன்னையும் துயரையும் நாலு வருஷம் சுமந்து தன்னந்தனியாக நடத்தின தனிக்குடித்தனத்தையா? நான் தனிக்குடித்தனம் செய்துகொண்ட லட்சணத்தையா?

நான் சாப்பிட்ட பாத்திரங்கள், சமைத்த வெண்கலப்பானை, குளித்த அருக்கஞ்சட்டி எல்லாவற்றையும் கோயில் பெருமாளுக்கே கொடுத்துவிட்டு, ஜனகம் சாப்பிட்ட பாத்திரங்கள், வெண்கலப் பானை, அண்டா இவற்றை மட்டும் எடுத்து வைத்து மூட்டை கட்டினேன்.

எதை எப்படி மறக்கிறது? தினமும் எட்டு மைல் வெயிலில் நடக்கிறதைவிடப் பெரிய போதை உண்டா என்ன!

சாரனூர்த் தபாலாபீஸுக்கு மனுப் போட்டதும் அவர் என் வயதைக் கேட்டு வேண்டுமென்றே நம்பியதும், ஒரு வாரத்தில் எனக்கு உத்தரவு வந்ததும் . . .

முப்பது வருஷம் ஆகிவிட்டது. ரிடையரான பிறகு உயிரோடு இருக்க வேண்டாம் என்று அந்தராத்மா, வயதைக் குறைத்துச் சொல்லிற்றோ என்னவோ? உடம்பைப் போட்டுவிட்டுப் போவது கையிலா இருக்கிறது, நாம் என்ன பீஷ்மர்களா? ஏதோ நம்பிக்கை. இன்னும் இரண்டு வருஷம் என்ன ஆகிறதோ?

***சுதேசமித்திரன் தீபாவளி மலர்*, 1955**

பஞ்சத்து ஆண்டி

அடுத்த வீட்டிலோ, எதிர் வீட்டிலோ சத்தம் போடுவது போல இருந்தது:

"எழுந்திரிய்யா,நல்லாப் படுத்துத் தூங்கறே! தூக்கு சொல்றேன், இந்த மூட்டை, முடிச்சு, பானை, சட்டி எல்லாத்தையும். கிளம்புங்க...ம்! வரவரச் சத்திரமாப் போயிடுச்சு, இந்தத் திண்ணை... எழுந்திருக்க மாட்டிங்க?... இன்னிக்கிப் புரட்டாசி சனிக்கிழமை."

இரைச்சல் அதிர அதிரக் கேட்டது. நன்னைய னுக்குத் தன்னைப் பார்த்துத்தான் இவ்வளவு சத்தமும் என்று நிச்சயம் வந்தது. கண்ணைப் பிட்டுக்கொண்டான். ஒட்டுத் திண்ணையில் ஓர் அடுக்கை வைத்துச் சாணத் தண்ணீர் கரைத்துக் கொண்டிருந்தாள், வீட்டுக்கார அம்மாள். உடனே வாரிச் சுருட்டிக்கொண்டு எழுந்து, பெரிய பானையையும் தூங்கிக்கொண்டிருந்த பெரிய குழந்தையையும் தோளில் சார்த்தித் திண்ணையை விட்டுக் கீழே இறங்கினான் அவன். அதற்குள் அவன் பெண்டாட்டி, கைக்குழந்தை, இரண்டாவது மூட்டை இரண்டையும் எடுத்துக்கொண்டு நடந்தாள். இரைச்சலில் விழித்துக்கொண்ட நடுக்குழந்தை அவர்களுடைய அவசரத்தைக் கண்டு பரபரவென்று எழுந்து, அவர்களைத் தொடர்ந்தது. நன்னையன் அடுத்த வீட்டுத் திண்ணையில் கைச்சுமைகளை

இறக்கி, வேட்டியை இறுகக் கட்டிக்கொண்டு, மீண்டும் நடந்து, எதிர்த்த சாரியில் ஆறேழு வீடு தள்ளியிருந்த பிள்ளையார் கோயில் திண்ணைக்குப் போய்ச் சேர்ந்தான்.

முதுகில் வெயில் விழத் தூங்குகிறவனை எழுப்புவது போல் அவள் எழுப்பினாளே தவிர, அப்படி ஒன்றும் கண் விழிக்க நேரமாகிவிடவில்லை. இருள் சற்றே பிரிந்திருந்தது. சல்சல்லென்று ஒவ்வொரு வாசலிலும் கேட்ட, சாணி தெளிக்கிற ஓசை கொஞ்சம் கொஞ்சமாக இருளை விரட்டிக்கொண்டிருந்தது.

கோயில் திண்ணைமீது போட்டதும் குழந்தைகள் மீண்டும் சுருண்டு துயிலில் ஆழ்ந்துவிட்டன. நன்னையனுக்குக் கண்ணெல்லாம் பொங்கிற்று. அவனுடைய பெண்டாட்டிக்கும் கண் திறக்க முடியாமல் பொங்கிற்று. இரவு இருவரும் சாப்பிட வில்லை. இராக்காலப் பிச்சையாகக் கிடைத்த பழைய சோறு குழந்தைகளுக்கே சரியாகக் காணவில்லை. நாலு நாளாக ஒரு வேளைச் சாப்பாடுதான்; அதுவும் அரை வயிற்றுக்கு. ஆறாப் பசி, அடி வயிற்றில் அனலாகக் குமைந்தது. இப்படியே இன்னும் ஒரு வேளை இருந்தால் குமட்டல் கிளம்பிவிடும். தலை கனத்தது. வறட்சியினால் முணுமுணு என்று வலித்தது. கண்ணைக் கசக்கித் தேய்த்துத் தெருவைப் பார்த்ததும், அந்த அம்மாள் கிழமை சொல்லிக் கூச்சல் போட்டது நினைவுக்கு வந்தது.

புரட்டாசி சனிக்கிழமைதான். உலகத்துப் பிச்சைக்கார ரெல்லாம் ஊரிலே கூடிவிட்டார்கள். ஒரு பெரிய ஆண்டிக் கூட்டம் போய்க்கொண்டிருந்தது. எத்தனை ஆண்டிகள்! நாற்பது ஐம்பது இருக்கும்! பொழுது புலருவதற்கு முன்னால் எத்தனை ஆண்டிகள்! இவர்கள் எப்போது கண் விழித்தார்கள்? இரவு எங்கே படுத்திருந்தார்கள்? எங்கிருந்து வந்தார்கள்? பல் தேய்க்கவில்லையா? எல்லாம் ஒரே வார்ப்பு! வெளுத்துப்போன காவித்துணி. கழுத்தில் கொட்டை, கையில் ஓடு, பாதிப் பேர் மொட்டை, பாதி பரட்டை. படுகிழங்கள், கண் குருடு, கால் விந்தல்!—முன்னை வினைப் பயன்கள் ஊர்வலம் போவதுபோல் இருந்து நன்னையனுக்கு.

திண்ணையில் உட்கார்ந்தவாறே அவன் கேட்டான்:

"சாமி, எங்கே போறீங்க?"

"சிவகுரு செட்டியார் வீட்டிலே கொடுக்கறாங்க."

"என்ன கொடுக்கறாங்க?"

தி. ஜானகிராமன்

“வர்ற பரதேசிங்களுக்கெல்லாம் ஒரு சல்லி, ஒருபிடி அரிசி. போறோம்.”

“சல்லியா ?”

“ஆமாம்.”

“சல்லிக் காசு யாருக்குய்யா ஆம்பிடுது இப்ப! பெரிய தர்மந்தான் போ !”

“கட்டின வீட்டுக்கு யார்தான் பளுது சொல்ல முடியாது ?” என்று கூட்டத்தோடு நடக்கப் பெருநடை போட்டான் பரதேசி.

நன்னையன் கூட்டிப் பார்த்தான். அவன், பெண்டாட்டி, மூன்று குழந்தைகள் – ஐந்து பிடி அரிசியும் ஐந்து சல்லியும் தேறும்; கைக்குழந்தையையும் ஆளாக மதித்தால்.

“அஞ்சு பிடி அரிசி, ஒரு வயித்துச் சுவரிலே ஒட்டிக்கக் காணுமா ?” என்று கேட்டுக்கொண்டான்.

“எல்லாரும் போறாங்களே. நீங்களும் போய்ப் பாருங்களேன்” என்று யோசனை சொன்னாள் மனைவி.

“போய்ப் பாருங்களேனா ? நீ வரலியா ?”

“என்னாலே நடக்குறதுக்கு இல்லே. மூட்டை முடிச்செல்லாம் தூக்க முடியாது. இந்த மூணும் சுருண்டு சுருண்டு தூங்குது. வயித்துலே காத்துத்தான் இருக்கு. அதுக எப்படி நடக்கும் ?”

அவன் மட்டும் எழுந்து நகர்ந்தான். அதற்குள் சிவகுரு செட்டியார் வீட்டு வாசலில் ஆண்டிகள் ‘க்யூ’ வரிசையில் உட்கார்ந்துவிட்டார்கள். உட்கார்ந்த ஒழுங்கைப் பார்த்தால் தொன்றுதொட்ட வழக்கமாகத் தோன்றிற்று. புரட்டாசியில் மட்டும் இல்லை. எல்லாச் சனிக்கிழமைகளிலும் சிவகுரு இந்தத் தர்மத்தைச் செய்கிறாராம். நாற்பது ஐம்பது பேருக்குப் பிறகு, கடைசி ஆளாக உட்கார வேண்டும் என்று நினைத்தபோது, நன்னையனின் காலும் உள்ளமும் ஏழெட்டு மைல் நடந்து வந்தது போலக் களைத்துவிட்டன.

இவர்களோடா உட்கார வேண்டும் ? என்ன இருந்தாலும் அவன் பஞ்சத்து ஆண்டிதான். சுபிட்சம் என்ற வாடையை நுகராத இந்தப் பரம்பரை ஆண்டிகளோடா உட்கார வேண்டும் ! உட்கார்ந்தாலும் மோசமில்லை. முகம் தெரியாத ஊர்தானே ? ஆனால் செட்டியார் இன்னும் வாசலுக்கு வரவில்லை. ஒரு மணி

நேரம் செல்லுமாம். பூஜையில் உட்கார்ந்திருக்கிறாராம். வெயில் கூடக் கிளம்பவில்லை. வேறு எங்கே போவது? நன்னையன் உட்கார்ந்தான். தான் வேறு என்ற தன்மையுடன், உள்ளங் குன்ற, உடல் குன்ற, ஓர் அடி தள்ளினாற் போல் உட்கார்ந்துகொண்டான். பரதேசிகளில் பலர் தூங்கி வழிந்துகொண்டிருந்தார்கள். அவனுக்குப் பக்கத்தில் இருந்த பரதேசிக்குக் கிராப்புத் தலை, சீவாத பரட்டைக் கிராப்பு; சீசாவுக்குள் விட்டுக் கழுவுகிற பிரஷ் மாதிரி. கழுத்தில் கொட்டை; தடிப்பயலாக வளர்ந்திருந்தான்.

"சாமிக்கு எந்த ஊரு?" என்று அவன் கேட்டான். நன்னையனுக்கு அவனோடு பேசுவதற்கே கௌரவக் குறைச்சலாக இருந்தது பதில் சொல்லவில்லை.

"உங்களைத்தாங்க. எந்த ஊரு உங்களுக்கு?"

"ஏன்?"

"கேட்கக் கூடாதுங்களா?"

"சேலம்."

"சேலமா? ஏ அப்பா? ரொம்பத் தொலையான ஊராச்சே."

"ஆமாம்."

"எங்கே இம்மாந் தூரம்?"

வரிசையில் உட்கார்ந்த பிறகு, பதில் சொல்லாமல் எப்படி இருக்க முடியும்?

"ஆமாம், என்ன செய்யுறது? பிளைப்புப் போயிடிச்சு. பிச்சைக்குக் கிளம்பியாச்சு."

"அப்படின்னா வேற பொளப்பு உண்டுன்னு சொல்லுங்க!"

"இருந்தது. இப்ப இல்லே..."

"என்ன! வெள்ளாமையா?"

"நெசவு."

"நெசவா? வேட்டி புடவையெல்லாம் நெய்வமுனு சொல்லுங்க."

"துண்டு துப்பட்டிகூட நெய்வோம். நூல் இல்லே. எத்தினி நாளைக்கு இருக்கிறதை வித்துத் திங்க முடியும்! மூக்குலே, கையிலே இருக்கிற வரைக்கும் நகைதான். வித்துக் காசாக்கிட்டா, ரெண்டு நாள் சோறுதானே! தீந்துது. இப்படிப் பண்ணிக்கிட்டே வந்தா, அப்புறம் விக்கிறதுக்கு என்ன இருக்கும்?"

"ஏன் நூல் கிடைக்கலே?"

"என்னமோ கிடைக்கலே."

"வேறெ பிளைப்புக் கிடைக்கலியோ?"

"வேறெ ஏதாவது தெரிஞ்சால்ல செய்யலாம்? வேட்டி புடவை நெய்யத் தெரியும். பொழுதெல்லாம் தறியிலே உக்காந்து, ரத்தம் செத்த கூட்டம் நாங்க. கோடாலி, மண்வெட்டி தூக்க முடியுமா? ஓடியாடி வேலை செய்ய முடியுமா?"

"பாவம்!"

அதற்குள் அவனை அடுத்து உட்கார்ந்திருந்த ஓர் ஒற்றைக் கண்ணன் சொன்னான்: "பிச்சை எடுக்க மட்டும் தெம்பு வேண்டியதில்லைன்னு இதுக்கு வந்தீங்களோ? இதுவும் லேசுப்பட்டதில்லே. எங்களைப் பாரு. இன்னிக்கு ஒரு ஊரு. சாயங்காலம் ஒரு ஊரு, ராத்திரி வேறெ ஊரு, நாளைக்குக் காலமே எத்தனையோ தூரம் போயிருப்போம். இதுக்கும் ஓடியாடிப் பாடு பட்டாத்தான் உண்டு."

பரம்பரைப் பிச்சைக்காரனின் தொழில் அபிமானத்துடன் பேசின அவனுடைய குரலில் கற்றுக்குட்டியைக் கண்டு அசட்டையும் ஆதரவும் தொனித்தன.

"இன்னிக்குத் தஞ்சாவூருன்னா, நாளைக்குக் கும்மாணம், நாளை ராத்திரி திருட மருதூரு, நாளைத் தெறிச்சு மாயாவரம், அப்பறம் சீயாளி, கனகசபை, இப்படி நாளுக்கு ஒரு சீமையாப் பறக்கிறோம் நாங்க. நீங்க என்னமோ உடம்பு முடியலேன்னு பிச்சை எடுக்க வந்தேங்கிறீங்களே; என்னத்தைச் சொல்றது?"

"இப்படியே நடந்து நடந்து உயிரை விடவா நாம் பிறந்திருக்கோம்?"

"நடந்தாத்தான் சோறு உண்டு. ஒரே ஊரிலே சுத்திச் சுத்தி வந்தா, சனங்களுக்குக் கச்சுப் போயிடும்... சும்மாக் குந்தியிருக்கிறது சோம்பேறிப் பிச்சைக்காரங்களுக்குத்தான். சாமிங்க, சிவனடியாருங்க இவங்களுக்கெல்லாம் யாத்திரைதான் கொள்கை."

'நீ பிச்சை எடுக்க லாயக்கில்லை' என்று சொல்லாமல் சொல்வதுபோல் இருந்தது. நன்னையனுக்கு இருப்புக்கொள்ள வில்லை. 'எப்பொழுதுமே பிச்சையா எடுக்கப் போகிறோம்? ஏதோ சோதனைக் காலம்! ஹூம். வெட்டிப் பயல்கள்' என்று மனத்திற்குள் சபித்துக்கொண்டே எழுந்தான்.

பஞ்சத்து ஆண்டி

“என்ன அண்ணே, எளுந்துக்கிட்டீங்க?”

“இருங்க, பல் தேய்ச்சிட்டு வந்திடறேன்” என்று எழுந்தான் அவன். தெருக்கோடி திரும்பி, ஆற்றங்கரை நடப்பில், குறுக்கே ஓடிய வாய்க்காலில் இறங்கினான். மதகின் மீது ஒரு செங்கல் துண்டை உரைத்துப் பல்லை விளக்கி, முகத்தைக் கழுவிக்கொண்டான். ஒரு கை தண்ணீர் மொண்டு விழுங்கினான். அது நெஞ்சையும் மார்பையும் அடைத்து, உயிரைப் பிடிப்பதுபோல் வலியைக் கொடுத்தது. நல்ல பசியில் வெறும் வயிற்றில் தண்ணீர் ஊற்றிய அதிர்ச்சி அது. மெதுவாக அதை உள்ளே இறக்கி, வாய்க்கால் கரையிலேயே ஒரு நிமிஷம் உட்கார்ந்தான். மீண்டும் எழுந்து, வயிறு கொண்ட மட்டும் தண்ணீரைக் குடித்துவிட்டுத் தெருவை நோக்கித் திரும்பினான்.

சனிக்கிழமை; போட்டி ஏராளம். அதையும் மிஞ்சினால்தான் வயிற்றில் ஏதாவது போட முடியும். போட்டியை மிஞ்ச ஒரு வழிதான் உண்டு. உண்மையைக் கலப்படமில்லாமல் சொல்ல வேண்டும். பிச்சை நமக்குத் தொழில் அல்ல என்று படபடச் சொல்ல வேண்டும். அப்படித்தான் கருணையை எழுப்பலாம்.

வெயில் வந்துவிட்டது. சிவகுரு செட்டியார் இன்னும் பூஜையில்தான் இருக்கிறார். பத்துப் பதினைந்து வீட்டைக் கடந்து சென்றான் அவன். அங்கும் ஒரு போட்டி காத்திருந்தது. ஒரு குரங்காட்டி, குச்சியை இரண்டு முழ உயரத்தில் பிடித்து, லங்கையைத் தாண்டச் சொல்லிக்கொண்டிருந்தான். லங்கையையா சமுத்திரத்தையா என்று யோசிக்காமல் குரங்கு தாண்டித் தாண்டிக் குதித்தது. வேடிக்கை பார்க்கச் சிறுவர்களின் கூட்டம். ஒரே சிரிப்பு, கூச்சல்! மிகப் பெரிய போட்டி இது! நன்னையன் இன்னும் இரண்டு வீடு தள்ளிப் போய் நின்றான்.

வீடு பெரிய வீடு. வாசலில் கொட்டகை. அங்கே சாய்வு நாற்காலியை மேற்கே பார்க்கப் போட்டுச் சாய்ந்திருந்தார் ஒரு பெரியவர்.

“அம்மா!” என்று நன்னையன் கூப்பிட்டான்.

“ஏனையா அம்மாவைக் கூப்பிடறே? ஐயா ஒண்ணும் கொடுக்க மாட்டாருன்னா? கண்ணைப் பிட்டுக்கறத்துக்கு முன்னாடி வந்து நிக்கிறியே; விடியட்டுமேன்னு காத்திருந்தியா முகதரிசனம் கொடுக்க! ஐயா எளுந்தவுடனே நல்ல பண்டமாப் பாத்துக் கண் விளிக்கட்டுமேன்னு வந்தியாக்கும்? எனக்கு ஒண்ணும் புரியலியே. சும்மா நின்னுக்கிட்டே இருந்தா? பதில் சொல்லுய்யா... விடியக்காலமே, எளுந்திருக்கறத்துக்கு முன்னாடி

வந்து நிக்கிறியே?... என்ன எண்ணம்னு கேக்கறேன். பேசாமெ நின்னுக்கிட்டே இருந்தா..? பேசு... இப்பத்தான் படுக்கையிலேருந்து எளுந்து மூஞ்சியைக் களுவிக்கிட்டு வந்து சாஞ்சிருக்கேன். மூஞ்சியைக் காட்டுறியே. நீ என்ன குத்துவிளக்கா? கண்ணாடியா? கட்டின பொஞ்சாதியா? சொல்லு –"

மூச்சுவிடாமல் பேசிக்கொண்டே இருந்தார் அவர். பதில் சொல்லு சொல்லு என்று சொன்னாரே தவிர, அது வருவதற்கு இடங்கொடுக்காமல் பேசிக்கொண்டே இருந்தார். ஒரு பாக்கு வெட்டு நேரம் சும்மா இருந்தால் அவன் ஆரம்பிக்கலாம்; அவர் நிற்கவில்லை.

"ஏனையா, கோளி கத்தறத்துக்குள்ளாற இந்தத் தாடி, மீசை, கிளிசல், கையிலெ ஒரு இளிக்கிற சொம்பு—இப்படி வந்து நிக்கிறியே ... உடனே போட்டுடுவாங்கன்னு நினைக்கிறியா? இல்லை சொல்லேன்? பேசாமடந்தையா நிக்கிறியே."

நன்னையனுக்கு, "நீங்க பேசாமெ இருந்தா போதும் நான் போயிடறேன். சும்மா அலட்டிக்காதீங்க" என்று சொல்லிவிட்டுப் போய்விடலாம்போல் இருந்தது. ஆனால் அதற்கும் அவர் விடவில்லை. திருப்பித் திருப்பி அவன் கண்ணாடியாக, குத்துவிளக்காக, கட்டின பெண்டாட்டியாக இல்லாததை, நாலைந்து தடவை இடித்துக் காட்டிவிட்டு, "உனக்குத்தான் வேலை. எங்க வீட்டுலெ ஒருத்தருக்கும் வேலையே கிடையாது. பத்துப் பசை தேய்க்கிறது, முகங்களுவறது எல்லாத்தையும் அப்படி அப்படியே பொட்டுட்டு, உன்னை வந்து உபசாரம் செய்யணும்; இல்லியா?"—

அப்பாடா!... கொஞ்சம் ஓய்ந்துவிட்டார்.

"இல்லீங்க" என்று சொல்ல வாயெடுத்தான் நன்னையன். ஆனால் மறுபடியும் அவர் பிடித்துக்கொண்டு விடப்போகிறாரே என்று பயந்து நேராக விஷயத்துக்கு வந்துவிட்டான்.

"நம்பளுக்குத் தொழில் நெசவுங்க. நமக்குச் சேலம். தறியிலே நெசுக்கிட்டு மானமாப் பொளச்சிக்கிட்டிருந்தோம். ஏளெட்டு மாசமா நூலே கிடைக்கலே. வேலை இல்லேன்னிட்டாங்க. இருந்ததை வித்துச் சாப்பிட்டோம். இங்க ஏதாவது வேலை கிடைக்குமான்னு வந்தோம். இங்கேயும் அப்படித்தான் இருக்கு. மூணு நாள் கோயில்லே தேசாந்திரிக் கட்டளைக்குச் சீட்டுக் கொடுத்தாங்க. மூணு நாளைக்கு மேலே கிடையாதாம். அப்பாலெ நிறுத்திட்டாங்க. நாலு நாளாக் கால்வயித்துக்குக் கூடக் கிடைக்கலே. மூணு பச்சைக் குளந்தை பட்டினி கிடக்குது.

நேத்திலேருந்து நானும் வீட்டிலேயும் பட்டினிங்க” என்று மூச்சு விடாமல் சொல்லித் தீர்த்தான்.

“இப்ப என்னை என்ன பண்ணச் சொல்லுறே? தறியும் நூலும் வாங்கித் தரச் சொல்றியா?”

“நாம்ப அப்படிக் கேக்கலாம்களா? குளந்தைகளைப் பார்க்க வளங்கிலீங்க – ஏதோ கொஞ்சம் வயித்துக்கு?”

“இந்தா பாரு, எனக்கு இப்ப ஒரு சந்தேகம் வந்திடிச்சு. இந்தச் சேலம் டவுனு இப்ப இருக்கா. இல்லை ஈ காக்காய் இல்லாமெ ஒரே பொட்டைக்காடாப் போயிடிச்சான்னு தெரியலே. நானும் ஆறு மாசமாப் பாக்கறேன். லக்ஷம் பேரு உன்மாதிரி வந்திட்டாங்க. நூல் இல்லை, வேலையில்லேன்னு வயித்தை எக்கிக்கிட்டு வந்து நிக்கிறாங்க. என்ன சொல்றே?”

“அப்பறம் என்னத்தைச் சொல்றதுங்க?”

“என்னத்தைச் சொல்றதுங்களா? நான் சொல்றேன் கேளு. பிச்சைக்கும் முதல் போட்டுத்தான் ஆகணும். அதோ பாரு அநுமார் நிக்கிறாரு. அவருதான் அவனுக்கு முதல்.”

திரும்பிப் பார்த்தான் நன்னையன். குரங்காட்டி அவர் பேசுவதைக் கேட்ட வண்ணம் நின்றுகொண்டிருந்தான்.

பெரியவர் சொன்னார்:

“அந்த அநுமார் அவனுக்கு முதல். இன்னும் கொஞ்ச நாளியிலே பாரு: அந்த அலுமினிய ஜோட்டி நிறைய அரிசி ரொப்பிக்கிட்டுப் போயிடுவான். அவன் பொளைக்கிறவனா, நீயா? இந்த உலகத்திலே எந்தத் தொழிலுக்கும் முதல் வேணும்டாப்பா, முதல் வேணும்; பாம்பாட்டியும் குரங்காட்டியும் ஜாலராப் போட்டுக்கிட்டுப் பாடணும்; இல்லாட்டிக் கொத்தமல்லி கறிவேப்பிலை விக்கணும். இல்லாட்டி, மூட்டைதான் தூக்கலாம். அதுக்கும் உங்கிட்ட முதல் இல்லே. எலுமிச்சம்பழத்தை நறுக்கிப் பத்துநாள் புரட்டாசி வெயில்லே காயப்போட்டது போல நிக்கறே.”

ஒரு கணம் மௌனம்.

‘குரங்காட்டியைவிடவா மட்டமாகப் போய்விட்டோம்!’ அவனுக்குத் தொண்டையை அடைத்தது. சேலம், தறி, அவன் குடியிருந்த வீடு, பசுமாடு, முற்றத்தில் சாயம் நனைத்துத் தொங்கின நூல் பத்தை – எல்லாம் அவன் கண்முன் ஒருமுறை வந்து போயின. ‘எங்கோ பிறந்து, எங்கோ தொலைவில் வாழ்ந்து, யாரோ

முகம் தெரியாதவரிடம் பாட்டு வாங்கிக்கொண்டிருக்கிறோமே! எதனால்? எதற்காக?' அவன் கண் நிரம்பிற்று. உதட்டைக் கடித்தால் கண்ணீர் தெறித்துவிடுமென்று மூச்சைப் பிடித்து நிறுத்தி, வாயைத் திறந்து கண்ணீரைக் கன்னத்தில் சொட்டவிடாமல், தேக்கினான்.

"என்ன சொல்றே?" என்று வழக்கமான கேள்விளைக் கேட்டார் அவர்.

இதற்கு என்ன பதில் சொல்வது? கண்டம் நடுங்கிற்று. அவன் பேசாமல் நின்றான்.

"சும்மா நின்னுக்கிட்டே இரு" என்று எழுந்து உள்ளே போய்விட்டார் அவர்.

குரங்காட்டி கேட்டான்: "நெசவு வேலையா உங்களுக்கு?"

நன்னையன் தலையை ஆட்டினான்.

"காலங் கெட்டுப் போச்சய்யா. இந்த மாதிரி அவதியையும் பஞ்சத்தையும் ஒருநாளும் பார்த்ததேயில்லை. பாயிலே கிடந்தவங்க எல்லாரையும் தரையிலே உருட்டிடிச்சே இந்தப் பாவி மவன் பஞ்சம். தருமம் கெட்ட உலகம்!" என்று, நொடித்தவன் நிலைமையை மனத்தில் வாங்கி, இரக்கம் சொல்லி, அவனையே பார்த்துக்கொண்டு நின்றான் குரங்காட்டி. 'நாங்கதான் இப்படியே பிறந்திருக்கோம். நீயும் இப்படி ஆகணுமா, கண்ணராவி!' என்று அவன் மனம் கண்ணின் வழியாகச் சொல்லிற்று. அந்தப் பார்வையைப் பார்த்ததும் ஆடிக்கொண்டிருந்த நன்னையன் பொல பொலவென்று கண்ணீர் உகுத்தான்.

சற்றுக் கழித்துப் பத்துப் புது இட்லி, இரண்டு வயிற்றுக்குப் பழைய சோறு – எல்லாவற்றையும் எடுத்துக்கொண்டு வந்து போட்டாள் பெரியவர் மனைவி. குரங்காட்டிக்கும் குரங்குக்கும் இரண்டு இட்லி கிடைத்தன.

"இந்தா பாரு! நித்யம் கிடைக்கும் இந்த மாதிரின்னு நெனச்சுக்காதே. நாளைக்கு வந்தியோ கெட்ட கோபம் வந்திடும்! போ, பொளைக்கிற வளியைப் பாரு" என்று வாசல் நிலைப்படியிலிருந்தே சொல்லிவிட்டு அவனுடைய கும்பிடைக் கூடப் பார்க்காமல் பெரியவர் உள்ளே போய்விட்டார்.

நன்னையன் கோயில் திண்ணையை நோக்கி நடந்தான்.

"இந்தா, இதை வாங்கிக்க."

அவன் பெண்டாட்டிக்கு அதைப் பார்த்ததும் சோற்றுக் களஞ்சியத்தில் குதித்துவிட்டாற்போல் இருந்தது.

"ஏது இத்தினி? கிளப்புலே வாங்கினீங்களா?"

"கிளப்புலெ வாங்கும்படியாத்தானே இருக்குறோம் இப்ப! பிச்சைதான்! வாங்கி வை."

பெரிய குழந்தை, பலகாரத்தை வளைத்துக்கொண்டது. நடுக்குழந்தை, "அப்பா, குரங்குப்பா!" என்று கத்திற்று. குரங்காட்டி, திண்ணை ஓரமாக நின்றுகொண்டிருந்தான்.

"என்னாப்பா?"

"ஐயா, நீங்க பொளைக்கத் தெரியாதவங்க. அவங்க கொஞ்சம் சோறும் பலகாரமும் கொடுத்தாப் போதுமாய்யா? அப்படியே இன்னும் நாலு வீட்டிலெ அரிசியும் வாங்கியாரக் கூடாது? ராத்திரிப் போதுக்கு, மறுபடியும் ஒரு நடை அலையணுமால்லியா?"

"நீ சொல்லு. உனக்கென்ன? நேத்து மத்தியானமே புடிச்ச எல்லா வயிறும் காயுது. இப்ப இதைத் திங்கிறது. அப்புறம் பாத்துக்கறோம்."

குரங்காட்டி சற்று நேரம் பேசாமல் இருந்துவிட்டுப் பிறகு சொன்னான்:

"இந்த ஊரிலே யாரையாவது தெரியுமா உங்களுக்கு?"

"ஊரே புதிசு. ஏன்?"

"இல்லே, கேட்டேன். ஒரு சேதி சொல்லணும்."

"என்ன சேதி!"

"சொன்னாக் கோவிச்சுக்க மாட்டிங்களே?"

"சேதியைச் சொல்லேன். கோவிச்சுக்கறது என்ன?"

"சரி, சோறு தின்னுட்டு வாங்க. இங்க ஒருத்தரு இருக்காரு. உங்களைப்போல ஆளுங்களுக்கெல்லாம் நிறையக் கொடுப்பாரு. அவருகிட்ட அளச்சுக்கிட்டுப் போறேன்."

"யாரு சொல்லேன்! வியாபாரியா?"

"அதெல்லாம் அப்புறம் பேசிக்கலாம். நீங்க சாப்பிடுங்க."

"சாப்பாடு முடிந்ததும், திண்ணையிலிருந்து இறங்கிக் குரங்காட்டியோடு நடந்தான் நன்னையன். கடைத்தெருச்

சதுக்கத்தைக் கடந்து, ரெயிலடி ரஸ்தாவில் நடந்தார்கள். கால் நாழிகை தூரம் போனதும் ஊர் முடிந்துவிட்டது. அப்பால் ஒரு குளம். அதற்கும் அப்பால் சாலையோரமாகத் தோட்டிகளின் சேரி. முப்பது குடிசைகள் இருக்கும். எங்கும் திறந்த வெளி. பச்சை வயல்கள். ரெயிலடிச் சாலையின் இரு மருங்கிலும் தென்னமரங்கள். இந்தப் பச்சையைப் பார்க்கிறபோதெல்லாம் நன்னையன் காணாததைக் கண்டதுபோல் மயங்கி நின்றான்.

சேரிக்கு முன்னால் நின்று, "இங்கதான் இருக்காரு. நான் சொன்ன ஆளு"... "காளி, ஏ காளி!" என்று உரக்கக் குரல் கொடுத்தான் குரங்காட்டி.

"ஏன்?" என்று குடிசைகளின் நடுவேயிருந்து பதில் குரல் வந்தது.

"வைத்திலிங்கத்தை அளைச்சுக்கிட்டு வா இப்பிடி."

நன்னையன் ஒன்றும் புரியாமல் விழித்தான்.

கையில் ஈயக் காப்பும் ஈய மோதிரமும் ஈயக் காதணியும் ஈய மூக்குத்தியுமாக ஒரு பெண்பிள்ளை வந்தாள். கூட, குட்டிப் பருவத்தைக் கடந்து வளர்ந்த குரங்கு ஒன்று ஓடிவந்தது.

"இந்தப் பாருங்க, இவன்தான் வைத்திலிங்கம்... ஏய் வைத்திலிங்கம், வா இப்பிடி" என்று அழைத்தான் குரங்குக்காரன்.

குரங்கு துள்ளிக் குதித்தது. அவனுடைய அரைத் துணியைப் பிடித்து, அண்ணாந்து பார்த்துக் குலவிற்று. அவன் கையிலிருந்த குரங்கின்மேல் விழுந்து தள்ளிற்று.

"இந்தப் பாருங்க. அப்பவே கோவிச்சுக்க மாட்டேன்னு சொல்லியிருக்கீங்க. நெசந்தானா?"

"நெசந்தான்."

"நான் சொன்ன ஆளு இந்த வைத்திலிங்கந்தான்!"

"யாரு!... என்னய்யா விளையாடறே?"

"பாத்தீங்களா? கோவிச்சுக்கிறீங்களே! இவனை நானும் எம் பொஞ்சாதியும் உசிராட்டம் வளர்த்து வரோம். இதை உங்களுக்குக் கொடுத்திடட்டுமா?"

"எனக்கு என்னாத்துக்கு?"

"ஆமாங்க! உங்களுக்குப் பிச்சை எடுக்கவே தெரியலியே! நெசவாளிங்களுக்கு எப்படிப் பிச்சை எடுக்கத் தெரியும்? அது

பிறவியிலே வரணும். வமிச குணங்க. லேசிலே கத்துக்க முடியாது: தச்சு வேலை, கொல்லு வேலை மாதிரிதான். வன்னியர் ஐயா சொன்னாப்போல உங்களுக்கு மூட்டை தூக்கறதுக்குக்கூட முதல் இல்லே. நீங்க என்னா பண்ணப்போறீங்க? அதுவும் இந்த ஊரு, தரித்திரம் பிடிச்ச ஊரு. செட்டியாரு, சனிக்கிழமை காசும் அரிசியும் கொடுப்பாரு. மைத்த நாளிலே பிச்சைக்காரன் வாடையே அந்தப் பக்கம் வீச விடமாட்டாரு. வன்னியரும் தர்மசாலிதான். அதுக்காகத் தினந்தினம் அவங்க வீட்டு வாசல்லெ போயி நிக்கிறதுக்கு ஆச்சா? அவங்க ரெண்டு பேருந்தான் கொடுக்கிறவங்க. மீதி அத்தனையும் பிடாரி. போறதுக்கு முன்னாடி மேலே உளுந்து புடுங்குவாங்க. தண்ணியை வாரி மேலே வீசுவாங்க. தர்மம் பெருத்த ஊரு! நீங்க எதாவது கொடுத்தா உங்களுக்கும் எதாவது கிடைக்கும். அதுக்குத்தான் சொல்றேன்.

"இந்த ஊர்லெ ஒருத்தருக்கும் உங்களைத் தெரியாது. இந்த வைத்திலிங்கத்தை வச்சு ஆட்டுங்க. சோத்துக் கவலையே இராது. நெசவாளி நெசவாளின்னு சொன்னா நம்பறதுக்கு இந்த ஊர்லெ ஆளு கிடையாது."

நன்னையன் புன்சிரிப்புச் சிரித்தான்.

"என்னையும் குரங்காட்டியா அடிச்சிடணும்னு பாக்கறே! ம்... சொல்லு சொல்லு. தலைக்கு மேலே போயிடுச்ச! அப்பாலே சாண் என்ன, முளம் என்ன!"

"தலைக்கு மேலே ஒண்ணும் போயிடலீங்க. பஞ்சம் பறந்து போச்சின்னா, நீங்க மறுபடியும் ஓட்டு வீட்டுக்குப் போயிடுவீங்க. இது எத்தினி நாளைக்கு? அதுவரைக்குந்தான் சொல்லுறேன். அப்படியும் குரங்காட்டின்னா மட்டம் இல்லே. ஐயா சொன்னாப்போல இது அப்படியே தங்கக்கட்டி, நல்ல முதலு. வேற யாரையாச்சும் கூப்பிட்டு இதைக் குடுத்திடுவேனா? உங்க குளந்தைகளையும் அம்மாவையும் பாத்தேன். எனக்குப் பொறுக்கலே."

"காளி, இவங்க யாரு தெரியுமா? இவங்களுக்குச் சேலம். தறியிலே நெசு, மானமாப் பொளச்சிக்கிட்டிருந்தவங்க. நூல் கிடைக்கலியாம். கையிலே ஓட்டை எடுத்திட்டாங்க. இவங்க அம்மா லச்சுமி மாதிரி இருக்காங்க. அந்த மகா லச்சுமியும் வாடித் தேம்புது. பச்சைக் குளந்தை மூணு, துவண்டு துவண்டு விளுது. வைத்திலிங்கத்தை இவங்க வச்சுக்கட்டுமே. கண்ணராவியாக இருக்குது, பார்த்தா!"

"என்ன, வைத்திலிங்கத்தையா!"

"அட, என்னமோ பதர்றியே? நம்மகிட்டதான் மூணு இருக்கே. ஒண்ணைக் கொடுக்கறது. இங்க வச்சு ஆட்றத்துக்கு ஆளைக் காணும். இவங்க மூஞ்சியைப் பாத்துப் பெரிய மனசு பண்ணு. உன் கலியெல்லாம் தீந்துரும். ஒரு ராசா பொறப்பான் உனக்கு"

"அவங்க கேக்கக்கூட இல்லைபோல் இருக்கு. எடுத்துக்க, எடுத்துக்கன்னு அவங்க தலையிலே கட்டுறியே?"

"எல்லாம் எடுத்துக்குவாங்க."

"ஏஞ்சாமி எடுத்துக்கிறீங்களா?"

"எடுத்துக்கிறேன்னு சொல்லுங்களேன்" என்று குரங்காட்டி நச்சரித்தான்.

"சரிம்மா, எடுத்துக்கிறேன்."

"பாத்தியா உங்கிட்டையே சொல்லிட்டாரு, எடுத்துக் கிறேன்னு!"

அவள் பளபளவென்று வெண்முத்துச் சிரிப்புச் சிரித்தாள். அவனுடைய கருணை அவளையும் தொட்டுத்தான் விட்டது. அவள் சொன்னாள்: "பாத்தியா, என்னை இந்தக் குரு முட்டுலெ வச்சுச் சரின்னு தலையாட்டச் சொல்றே பாத்தியா... இரு இரு... சாமி! அவங்க சொல்றாங்க, கொடுக்கிறேன். எடுத்துக்கிட்டுப் போங்க. வைத்திலிங்கம் வயித்துக் கவலையே வைக்கமாட்டான்."

கோயில் சிலைபோலக் கறுப்பாக, ஆரோக்கியமாக, பளபளவென்று வனப்பு வடிவாக நின்றாள் அவள்.

"அப்பாட, காளியாத்தா மனசு இரங்கிட்டா! இனிமேக் கவலையில்லை!" என்று குரங்காட்டி சிரித்தான்.

சுற்றிலும் வயல். எட்டியவரையில் பரந்து நின்ற பச்சை வயலில் அலை ஓடிக்கொண்டிருந்தது. குளிர்ந்த காற்று. பஞ்சு பொதிந்த வானம். அவள், அவளுடைய போலிக் கோபம், சிரிப்பு எல்லாவற்றையும் பார்த்தான் நன்னையன். துணிவு பிறந்தது.

"இந்தக் குச்சியைக் கையிலே பிடியுங்க. பிடிச்சீங்களா? 'லங்கையைத் தாண்டுடா'ன்னு சொல்லுங்க. சும்மாச் சொல்லுங்க."

"லங்கையைத் தாண்டுடா!"

வைத்திலிங்கம் லங்கையை தாண்டிக் குதித்தது.

குச்சியை வாங்கி அதன் கையிலே கொடுத்து, "ஆடு மேய்டா வைத்திலிங்கம்னு சொல்லுங்க" என்று சொல்லிக்கொடுத்தான் குரங்காட்டி.

"ஆடு மேய்டா வைத்திலிங்கம்."

குரங்கு குச்சியைப் பிடரியில் வைத்துக்கொண்டு இப்படியும் அப்படியும் இரண்டு நடை போய்வந்து, அடுத்த கட்டளைக்குக் காத்து நின்றது.

பிறகு பள்ளிக்கூடம் போகும் கோலம், கைதி கைகட்டி நிற்கிற கோலம், பெண்டாட்டியோடு ரகசியம் பேசும் நிலை, கோபுரம் ஏறும் வித்தை – எல்லாவற்றையும் பாடம் சொல்லிக் கொடுத்தான் குரங்காட்டி.

நன்னையனையும் குரங்காக ஆட்டி வைத்துவிட்டான் அவன்!

அவள் சிரித்தாள்.

"நல்லவேளை, பழகின குரங்கு. புதுக் குரங்கு இப்படிச் சுளுவா மசியாதுங்க" என்றாள் அவள், சிரித்ததற்குக் காரணம் சொல்லுவதற்காக. பிறகு "சரி அளைச்சுக்கிட்டுப் போங்க" என்றாள்.

அதை உச்சிமோந்து காளி வழியனுப்பினாள். குரங்குதான் போக மறுத்தது. சேரிக்குள் ஓடிப்போய் ஒரு பிடி கடலை எடுத்து வந்து நன்னையனிடம் கொடுத்து, "இதைக் கையிலே வச்சுக்கிட்டு ஒண்ணொண்ணாப் போட்டுக்கிட்டே போங்க; ஓடியாரும்" என்று சொல்லிக் கொடுத்தாள் காளி.

"நீ வரலியா?" என்று கேட்டான் நன்னையன்.

"நான் பின்னாலெ வர்றேன், போங்க" என்று நின்றுவிட்டான் குரங்காட்டி.

"என்னாங்க இது, குரங்கைப் பிடிச்சுக்கிட்டு! ஏது?"

"எல்லாம் பிளைக்கிறதுக்குத்தான். குரங்காட்டி கொடுத்தான்."

"பஞ்சத்துக்கு மூணு குளந்தை பத்தாதுன்னு சொல்லியா?"

"அந்தக் குளந்தைங்கள்ளாம் திங்கத்தான் திங்கும். இது திங்கவும் திங்கும், சம்பாரிச்சும் போடும். தூக்கு மூட்டையை; எதிர்த்த வீட்டுத் திண்ணையில் கட்டிப் போடுவோம்."

ஜாகை மாறிற்று. திண்ணையிலிருந்த ஜன்னல் கம்பியில் குரங்கைக் கட்டிப் போட்டான் அவன்.

கைக்குழந்தை சிரித்துக்கொண்டு கையைக் கொட்டிற்று. குரங்கைப் பிடித்துத் தலையில் அடித்தது.

"ரொம்ப நல்ல குரங்கு பழகின மாதிரியல்ல நடந்துக்குது!" என்றாள் அவள்.

இரண்டாவது குழந்தை வீல் என்று அழுதது. "ஏதுடா சனி!" என்று சொல்லப்போகிறாளே என்று பயந்து, நன்னையன் குரங்காட்டியின் வாதங்களைத் தான் சொல்லுகிறமாதிரி எடுத்து விளக்கினான்.

"நல்லதுதான். குழந்தைகளுக்கும் விளையாடுகிறதுக்கு ஆச்சு" என்று எதிர்பார்த்ததற்கு மாறாக, அவன் கவலையைத் தீர்த்தாள் அவள்.

முதல் குழந்தை பயந்துகொண்டு, தூரத்தில் நின்று கொண்டிருந்தது.

"இதைப் பாத்தியா, அநுமார்!" என்று ஆஞ்சநேயர் கதையெல்லாம் சொல்லி, அறிமுகப்படுத்திப் பயத்தைப் போக்குவதில் ஈடுபட்டான் நன்னையன். தடவிக்கொடுக்கச் சொன்னான். தனக்கும் ஓர் ஒத்திகையாக இருக்கட்டும் என்று விளையாட்டுக் காட்டுகிற போக்கில், அதை லங்கையைத் தாண்டி, ஆடு மேய்க்கிற வித்தை முதலியவைகளைச் செய்து காட்டச் சொன்னான்.

கடைசியில் வைத்திலிங்கம் மூட்டையைப் பிரித்துப் பார்க்க ஆரம்பித்தது. அதற்கும் பசி வேளை.

"சும்மா எத்தினி நாளி விளையாடுவது? ராத்திரிக்கு என்ன செய்யறதாம்?"

பொழுது போனது தெரியத்தான் இல்லை. புதுக் குழந்தையோடு குழந்தைகள் விளையாடியதைப் பார்த்து, வெகுநேரம் மகிழ்ந்துவிட்டது குடும்பம்.

அலுமினியப் பேலாவை எடுத்துக்கொண்டு இறங்கினான் அவன்.

“ஏன், இதை அளச்சிக்கிட்டுப் போகலியா?”

“அதுக்குள்ளாறவா?”

அவ்வளவு சீக்கிரமாகப் பரம்பரைப் பிச்சைக்காரனாகச் சரிந்துவிட அவன் உடன்படவில்லை. முழங்காலுக்குக் கீழே தொங்கத் தொங்கத் தட்டுச்சுற்றுக் கட்டி, உடம்பில் மல்பாடியும் போட்டுக்கொண்டு போனால் குரங்குங்கூட அவனைக் குரங்காட்டியாக மதிக்காது. சற்றுக் குழம்பி நின்று, கடைசியில் ஒன்றியாகவே போனான்.

உண்மைப் பல்லவியைப் பாடிக்கொண்டு, நாலைந்து தெருக்களில் வாசல் வாசலாக ஏறி இறங்கினான். ஊர் நடப்பே தெரியாத, தெரிந்துகொள்ளாத, கவலைப்படாத காதுகளெல்லாம் அவனுடைய நூல் பஞ்சக் கதையைக் கேட்டன.

நாலு தெருச் சுற்றிக் கால் ஓய்ந்தபோதுதான் குரங்காட்டி சொன்னது சரி என்று பட்டது அவனுக்கு. அந்தச் சின்னப் பேலாவில் பாதியை எட்டத் தவித்தது அரிசி. திரும்பி வந்து திண்ணையில் ஏறியபோது வெயில் நன்றாக ஏறிவிட்டது. காலணாவும் அரையணாவுமாக ஏழெட்டுக் காசு சேர்ந்திருந்தது. பட்டாணிக் கடலையும் வாழைப்பழமும் வாங்கி வந்தான்.

வெயில் கனல் வீசிற்று. புரட்டாசிக் காய்ச்சல் சுள்ளென்று காய்ந்தது. குழந்தைகள் கடலையையும் வழைப்பழத்தையும் தின்று, தூங்கத் தொடங்கின. குரங்கும் அதையே தின்றது. வெயில் தாங்க முடியாமல், அதுவும் ஒருக்களித்துப் படுத்து அயர்ந்து உறங்கிவிட்டது. பெண்டாட்டியும் தூங்கினாள்.

தூங்கும் குரங்கைப் பார்த்து நன்னையன் சிரித்துக் கொண்டான். அது மனிதன் மாதிரியே தூங்கிற்று. வெயில் பட்ட வெண் மேகத்தைப் பார்க்க முடியாமல் கண்ணைக் கையால் மறைத்துக்கொண்டு தூங்கிற்று. அதற்கு வயசு என்ன? ஆறு மாதம், ஒரு வருஷம் இருக்கலாம். அதற்குள் முப்பத்தைந்தும் முப்பதும் ஆன ஒரு மனிதப் புருஷனின் பெண்டாட்டியையும் மூன்று குழந்தைகளையும் பாதுகாக்கச் சக்தியைப் பெற்றுவிட்டது. இந்தப் பொறுப்பு, தன் தலையில் விழுந்திருப்பது தெரியுமா அதற்கு? எங்கோ பிறந்து வளர்ந்தவனின் குடும்பத்தை நூற்றைம்பது மைலுக்கு அப்பாலுள்ள ஒரு தோட்டிச் சேரிக் குரங்கு எப்படிக் காக்க நேர்ந்தது? நன்னையன் வியந்துகொண்டிருந்தான். வயிறு நிறைந்திருந்ததால் துன்பத்தை நினைத்து அழாமல், சிரித்துக்கொள்ள, மலர்ச்சியும் தெம்பும் இருந்தன அவனுக்கு. யுத்தம் நடந்தபோது அவன் வாழ்ந்த வாழ்வு, இந்தக் குரங்குக்குத்

தெரியுமா! தினம் மூன்று ரூபாய்க்குக் குறையாமல் கூலி கிடைத்தது. அவளும் நூல் இழைத்து எட்டணா, பத்தணா சம்பாதித்துக்கொண்டிருந்தாள். காலையில் எழுந்ததும் கிருஷ்ணா லாட்ஜில் இரண்டு இட்லியும் ஒரு முறுகல் தோசையும் காபியும் சாப்பிட்டுவிட்டு, அவளுக்கும் குழந்தைகளுக்கும் வாங்கி வருவான். தாம் தூம் என்று செலவு. சினிமா தவறுவதில்லை. தேவைக்குமேல் வேட்டி, சட்டை, புடவைகள். அந்த நாளில் மாதம் பத்து ரூபாய் எளிதில் மிச்சம் பிடித்திருக்க முடியும். பிடித்திருந்தால்...

கடைசியல் அவனும் அயர்ந்துவிட்டான்.

இரண்டு மணி நேரம் கழித்துக் கண்விழித்தபோது—தானாகக் கண் விழிக்கவில்லை அவன். குழந்தைகள் அவனை அடித்துத் தட்டிக் கூப்பிட்டன.

"அப்பா, அப்பா. எளுந்திரிப்பா. குரங்கு ஓடிப்போயிடிச்சு. அப்பா, குரங்கு பிடிங்கிக்கிட்டுப் போயிடிச்சு!"

விறுக்கென்று எழுந்து உட்கார்ந்தான்.

"குரங்கு போயிடிச்சு, அதோ பாருங்க" என்றாள் அவள்.

"எங்கே?"

குரங்கு எதிர்த்த வீட்டு ஓட்டுக்கூரையின் கூம்பில் உட்கார்ந்திருந்தது.

"பா, பா!" என்று கூப்பிட்டான் அவன்.

"எப்படி ஓடிச்சு?"

"இதுங்களுக்கு விளையாட்டுக் காட்டறதுக்காக அவுத்துப் பிடிச்சுக்கிட் டிருந்தேன். விசுக்குனு பிடுங்கிக்கிட்டுப் போயிடிச்சு."

"நல்ல கெட்டிக்காரிதான், போ!"

அவள், அவன் இருவரும் அழைத்தார்கள். கடலையும் வாழைப்பழமும் அவர்களுடைய வயிற்றில்தான் இருந்தன. வெறுங் கைகளைப் பார்த்ததும் அது இறங்கி வரத் தயங்கிற்று.

அதற்குள் தெருவில் போன சிறுவர்களும் சிறுமிகளும் கூடிவிட்டார்கள். 'ஹோ ஹோ!' என்று இரைச்சல்.

"ஏய், சீரங்கி!"

"ட்ரூவ்!"

கல்லை விட்டு அடித்தான் ஒரு பயல். வைத்திலிங்கம் நறுக்கென்று ஒரு தாவுத் தாவிப் பக்கத்தில் இருந்த மின்சாரக் கம்பத்தின்மேல் ஏறிற்று. உச்சியில் கம்பிகளைப் பிடித்தது.

"போகாதே, போகாதே!" என்று யாரோ ஒருவர் கூச்சல் போட்டார் அவ்வளவுதான். உடம்பு ஒரு முறி முறிந்தது. கிரீச்சென்று கோரமான கூச்சல்! பேயடித்தாற்போலத் தடாரென்று அவ்வளவு உயரத்திலிருந்து கீழே விழுந்தது குரங்கு. இரண்டு துடிதுடித்து, கண்ணை மூடி ஒடுங்கிவிட்டது.

அண்டை வீட்டுக்காரர்கள் கூடினார்கள். தெருவே கூடிற்று. அரை மணியில் ஊரே கூடிவிட்டது. மின்சாரம் தாக்கிய விலாப்பக்கம் அப்படியே கருகிப்போயிருந்தது. எதற்காக என்று தெரியாமல் நன்னையனும் பெண்டாட்டியும் அழுதார்கள். அதைப் பார்த்துக் குழந்தைகளும் அழத் தொடங்கின.

"ஏண்டா, உன் குரங்கா இது?" என்று கேட்டார், ஒரு வயசானவர்.

"ஆமாங்க."

"எப்படிச் செத்துப்போச்சு?"

நன்னையன் கதையைச் சொன்னான்.

"ஏண்டா அநுமார் அவதாரம்டா அது. சாக விட்டுட்டியே. இதை வச்சுக் காப்பாத்த முடியலியாடா, பாவிப் பயலே?" என்று அவன் முதுகில் இரண்டு குத்து விட்டார் அவர். ஊருக்குப் பெரியவர்களில் ஒருவர் போல் இருக்கிறது. ஒருவரும் அவரைத் தடுக்கவில்லை. ஊரெல்லாம் இதை வந்து பார்த்தது.

காளியும் புருஷனும் ஓடிவந்தார்கள். காளி வைத்திலிங்கத்தைத் தொட்டுத் தொட்டு அழுதாள்.

"குரங்கின் கையிலே பூமாலை கொடுத்தாப்பலே பண்ணிட்டீங்களே சாமி!" என்று நன்னையனைப் பார்த்து வெதும்பினாள்.

பரபரப்பு அதிகமாகிவிட்டது. தெருவில் உள்ளவர்கள் மும்முரமாக அங்கும் இங்கும் ஓடினார்கள்.

ஒரு மணி நேரத்திற்குள் ஒரு சின்ன சிங்காரச் சப்பரம் தயாராகிவிட்டது. சிறிய வாழைக்குலை, ஓலைநறுக்கு, இரண்டு மெழுகுவர்த்தி– சப்பரம் வெகு அழகாக இருந்தது. வைத்திலிங்கத்தைக் காலைத் தொங்கவிட்டு, கையை அஞ்சலி பந்தம் செய்து உட்காரவைத்து ஜோடித்தார்கள். உட்கார

வைக்குமுன் குளிப்பாட்டியாகிவிட்டது. நெற்றியில் நாமம், திருச்சூர்ணம். மேலெல்லாம் குங்குமம். ஒரு ரோஜாப்பூ ஹாரம்.

பஜனை கோஷ்டி, ஜாலர் ஒலிக்க, 'ரகுபதி ராகவ ராஜாராம்' பாடிக்கொண்டு முன்னால் சென்றது. நல்ல கூட்டம். நன்னையன் கைதியைப்போல், பஜனை கோஷ்டியில் நடுவில் மாட்டிக்கொண்டுவிட்டான்.

ஒரு சந்து பொந்து விடாமல் ஊர் முழுவதும் சுற்றி, ஆற்றங்கரைப் பாதையில் வாய்க்காலுக்குப் பக்கத்தில் நின்றது ஊர்வலம். பஜனை கோஷ்டியின் திவ்ய நாமம் ஆற்றங்கரை வெளியெல்லாம் எதிரொலித்தது. அரைமணி நேரம் ஆஞ்சனேயரின் நாமம் கடலலை போல முழங்கிற்று.

அழகாக இரண்டு முழம் உயரத்துக்குச் சிமிண்டு போட்டுச் சமாதி எழுப்பிவிட்டார்கள். பின்னால் அரசங்கன்றும் நட்டு நீர் ஊற்றினார்கள்.

திவ்ய நாமம் முடிந்தது. எல்லோரும் விழுந்து வணங்கினார்கள்.

"என்னடா, சும்மா நிக்கிறியே, கொலைகாரப் பயலே, விழுந்து கும்பிடுடா!" என்று ஊருக்குப் பெரியவர் ஓர் இரைச்சல் போட்டார். பரபரவென்று இடுப்பில் சோமனைக் கட்டி நெடுஞ்சாண் கிடையாக நாலுமுறை எழுந்து எழுந்து விழுந்தான் நன்னையன்.

கலைமகள், அக்டோபர் 1951

நான்தான் ராமன் நாயர்

இன்று மாலை ஆறு மணிக்கு ஆஸ்பத்திரியி லிருந்து வெளியேறிவிடுவேன். பெரிய டாக்டருக்கு என் மேல் கோபம். 'டிஸ்சார்ஜ்' பண்ணிவிட்டார். எல்லாம் இந்த முத்துப்பிள்ளையால் வந்தது. கான்ஸ்டேபிள் அவன். சட்டப்படி நடப்பதாக எண்ணம்! யோசிக்காமல் எனக்கு வெடி வைத்து விட்டான்.

அவனுடைய சீசாவும் எட்டு அணாவும் தொலைந்து போனதற்கு நானா பொறுப்பு! வழக்கமாகக் காபி வாங்கிக் கொடுக்கிற ராயப்பனிடந்தான் கொடுத்தேன்.

இந்த வார்டுக்கும் அடுத்த வார்டுக்கும் ராயப்பன் 'கன்டிராக்டர்' மாதிரி! காலை எட்டு மணிக்குக் காம்பவுண்டு இரும்புக் கிராதிக்கு இப்பால் புல்லாந் தரையில் உலாத்திக்கொண்டிருப்பான். கூலியாக ஓர் அணா கொடுத்தால் போதும், கேட்ட சாமான் நொடியில் வந்துவிடும்.

கூலி சற்று அதிகந்தான். நாலணாவுக்கு வாங்கி வந்தாலும் ஓர் அணாதான் கொடுத்தாக வேண்டும். ஆனால் படுக்கையில் கிடக்கிற நோயாளிக்குப் பசிக்கிற வேளையில் வாங்கிக் கொண்டுவந்து தருகிறானே!

தி. ஜானகிராமன்

நாங்களெல்லாம் நோயாளிகள், காம்பவுண்டைத் தாண்டக் கூடாது. ஆஸ்பத்திரி ஒரு ஜெயில். ராயப்பன் இல்லாவிட்டால், ஆஸ்பத்திரிச் சாப்பாட்டைத் தவிர வேறு ஒன்றுக்கும் நாங்கள் ஆசைப்பட முடியாது. வயிற்றைக் கட்டிக் காயப்போட்டுக்கொண்டு கிடக்க வேண்டும்.

நான் கொஞ்சம் நடமாடும் நோயாளி. படுக்கையில் தைத்துப் போட்டாற்போல் கிடக்கும் நோயாளிகளின் காசை, ராயப்பனிடம் சேர்க்கவேண்டிய பொறுப்பு என்னுடையது. அதைக்கொண்டு நோயாளிகளுக்குத் தேவையானதை வாங்கி வருவான் அவன்.

நேற்றுக் காலை எட்டு மணிக்குக் கான்ஸ்டேபிள் முத்துப்பிள்ளை—குடல் ஆபரேசன் ஆகி மூன்று வாரமானவர்—கொடுத்த ஹார்லிக்ஸ் பாட்டிலையும் எட்டணாவையும் வாங்கிக்கொண்டு போய் அவனிடம் கொடுத்தேன், இட்லி காப்பி வாங்கி வருவதற்காக. டிராம்லயனைத் தாண்டிப் பத்து அடி நடந்தால் ஹோட்டல். போய்வர அதிக பட்சம் அரை மணிக்கு மேல் ஆகாது.

ஆனால், எட்டரை, ஒன்பது, பத்து, பதினொன்று ஆயிற்று. போன ஆளைக் காணவில்லை. கம்பி நீட்டிவிட்டான் என்றுதான் தோன்றுகிறது.

நான் என்ன செய்ய? மூன்று மாதமாக ஒரு தகராறில்லாமல் வாங்கிக் கொடுத்தவன் திடீரென்று ஏமாற்றிவிடுவான் என்று நான் கண்டேனா? ‘இப்படிக் கொடுடா காசையும் சீசாவையும்!’ என்று முத்துப்பிள்ளை சத்தம் போட்டார்.

கட்டி வைத்தாலும் காலணாக் கிடையாது. முந்தாநாள்தான் ஊருக்கு முப்பது ரூபாய் மணியார்டர் செய்தேன். ‘நானூறு மைலுக்கு அப்பால் மதராஸுக்கு வந்து, தனியாக ஆஸ்பத்திரியில் நோயாளியாகப் படுத்திருப்பவனுக்கு ஊரிலிருந்தல்லவா பணம் வரும்? நீ பணம் அனுப்பினேன் என்கிறாயே!’ என்று நீங்கள் ஆச்சரியப்படுகிறீர்கள். ஆச்சரியப்பட ஒன்றும் இல்லை. என்னைப்பற்றிக் கொஞ்சம் சொன்னால் புரிந்துவிடும்.

நான்தான் ராமன் நாயர். வயது நாற்பத்திரண்டு. தொழில் ரெயில்வே போர்ட்டர். மலையாளத்தில் ஏதோ ஒரு ரெயில்வே ஸ்டேஷனில் வேலை செய்துவந்தேன். இப்போது அந்தத் தொழில் செய்யாததால், எந்த ஸ்டேஷனென்று சொல்ல வேண்டிய

அவசியம் இல்லை. இனிமேல் போனாலும் எந்த ஸ்டேஷனுக்குப் போவேனோ?

பட்டணமோ பட்டிக்காடோ, இரண்டுமில்லாத ஒரு ஊரின் ஸ்டேஷன். வியாபாரம் பெருத்த ஊரும் இல்லை. தலைகீழாக நின்றாலும் நாளுக்கு ஒரு ரூபாய் கிடைத்தால் அதிகம். அதுவும் ஸ்திரமில்லை. குடும்பம் நடத்துவது அகடவித்தை! ஒரு ரூபாய் சம்பாத்தியக்காரனுக்கு நான்கு குழந்தைகளும் மனைவியும் இருந்தால் அது சின்னக் குடும்பமா? குழந்தைகளுக்கு முறையே வயது ஏழு, ஐந்து, மூன்று, ஒன்றரை.

கஷ்டம் விடிகிற வழியாக இல்லை. அது இன்னொரு தோழனையும் அழைத்துக்கொண்டு வந்து, என்னிடம் விட்டுவிட்டது: வயிற்று வலி! சாப்பிட்ட அரைமணிக்கெல்லாம் வயிற்றைச் சுருட்டி இழுக்கும். அந்த வலி மலையாளத்து வைத்தியத்திற்கே மசியவில்லை.

ஆளைப் பார்த்தால் நான் வயிற்றுவலிக்காரன் என்று யாரும் சொல்ல முடியாது. நான் கவர்ச்சிகரமான ஆசாமி என்பதைச் சொல்ல மறந்துவிட்டேன். கண்ணாடியில் பார்த்ததைச் சொல்லுகிறேன். நடுத்தர உயரம், கட்டுமஸ்தான உடல், மூட்டை தூக்கி முண்டா ஏறிய புஜங்கள். மணிக்கட்டு இரும்புமாதிரி. ஹோட்டல் கண்ணாடியின் முன்னால் கை கழுவும்போது மணிக்கட்டைத் திருப்பித் திருப்பி, அதன் உறுதியைக் கண்டு பெருமிதம் அடைவேன். என் முகத்தோற்றமோ, ராஜா, மந்திரி இந்த வேஷங்களுக்கு அமைப்பானது என்னமோ, படிப்பு இல்லை; இப்படி மூட்டை தூக்கியாகக் காலத்தை ஓட்டும்படி ஆகிவிட்டது.

ஆனால் முப்பது வருஷம் வாழ்ந்தவனும் இல்லை; முப்பது வருஷம் தாழ்ந்தவனும் இல்லை. திடீரென்று எனக்கும் ஒரு நல்ல காலம் பிறந்துவிட்டது.

ஸ்டேஷனுக்கு 'புக்கிங் கிளார்க்' ஒருவர் புதிதாக மாற்றலாகி வந்திருந்தார். அவர் மதராஸ் ஆஸ்பத்திரியில் ஆபரேஷன் செய்து கொண்டு, பத்து நாள் இருந்தாராம். படுக்கை, சாப்பாடு, நர்சுகளின் கவனம், டாக்டர்களின் தரம் – ஒவ்வொன்றையும் பற்றி ஒரு மணி நேரம் ஸ்டேஷன் மாஸ்டரிடம் சொல்லிக்கொண்டிருந்தார். 'இப்படியும் இந்தத் தரித்திர உலகத்தில் ஒரு இடம் இருக்கிறதா?' என்று மலைப்பாய்ப் போய்விட்டது.

தி. ஜானகிராமன்

என் வயிற்று வலியைப்பற்றி அவரிடம் சொன்னேன். "ஏய், என்னைவிட நீ அதிர்ஷ்டசாலி. நானாவது படுக்கை, ஆபரேஷன், எல்லாவற்றிற்கும் காசு கொடுத்தேன். உனக்கு எல்லாம் இலவசமாகக் கிடைக்கும். போய் வயிற்றுவலியை விரட்டிவிட்டு வா. போர்ட்டர் வேலை ஓடியா போய்விடும்? ஆள் நன்றாக இருந்தால்தானே சம்பாதிக்க முடியும்? இப்படியே விட்டுவிட்டால், ஒரேயடியாய் முற்றிப் போய்..."

நான் மதராஸுக்குப் புறப்பட்டுவிட்டேன். டிக்கட் இல்லை என்று ஒட்டப்பாலத்திலும் சேலத்திலும் ஜோலார்ப்பேட்டையிலும் இறக்கி விட்டுவிட்டார்கள். கடமையைச் செய்பவர்களைக் குறை சொல்ல நமக்கு வக்கு ஏது?

புறப்பட்டு ஐந்தாவது நாள் மதராஸுக்கு வந்தேன். வண்டியிலிருந்து இறங்கி மூன்று மணி நேரத்தில் ஜெனரல் ஆஸ்பத்திரிப் படுக்கையிலே படுத்துவிட்டேன்!

ஜன்மத்திலேயே எட்டிக்கூடப் பார்த்திராத, பார்க்க முடியாத படுக்கை, கட்டில், ரொட்டி பால் வைக்க ஒரு வலை பீரோ. அதைப் பார்த்த பொழுது சாகிறவரை நோயும் சாகாமல் இருக்கக் கூடாதா என்று தோன்றிற்று!

தேடிவரும் சாப்பாடு, நாளுக்கு ஒரு நர்சின் சுச்ருஷை, பளபளவென்று தரை; நல்ல காற்று; மேலே விசிறி. வியாதி இல்லாதவர்கள் லக்ஷ ரூபாய் கொடுக்கட்டுமே! கிடைக்குமா!

டாக்டர் மூன்று நாள் கழித்துத்தான் பார்த்தார். ஏனோ தெரியவில்லை, அது வார்டின் பெரிய டாக்டர் பார்க்க வேண்டிய கேஸாம். மூன்று நாள் லீவில் போயிருந்தார் அவர்.

வயிற்றைப் போட்டோப் பிடித்துப் பார்த்து, "கட்டி இருக்கிறது, ஆபரேஷன் செய்ய வேண்டும்" என்று அவர் சொல்லிவிட்டார். எது வேண்டுமானாலும் செய்யட்டும் என்று உடல் ஆவி இரண்டையும் ஒப்படைத்துவிட்டேன்.

ஆபரேஷன் ஆன அன்று சக்கரவர்த்திக்குக்கூட அவ்வளவு உபசாரம் நடந்திராது; அப்படிச் செய்தார்கள்! என்னை யாரும் பார்க்க வரவில்லை. மதராசில் எனக்கு யார் நாதி? சாயங்காலம் நாலு மணியிலிருந்து ஆறு மணிவரை ஆஸ்பத்திரி திமிலோகப்படுகிற வழக்கம். விசிட்டர்கள் வரும் நேரம்.

ஒவ்வொரு படுக்கையைச் சுற்றிலும் குஞ்சு, குழந்தை, பெரியவர்கள் என்று குறைந்தது பத்துப் பேராவது இருப்பார்கள்.

நானும் என்னைப்போல இரண்டு ஆத்மாக்களும் தனியாகக் கிடந்தோம். பக்கத்துப் படுக்கையிலிருந்த நோயாளியைப் பார்க்க வந்த ஓர் அம்மாள் என்னை ஊர், பெயர் எல்லாம் விசாரித்தாள். "பாவம், தனியாக இருக்கியே? கவலைப்படாதே. வடக்கு மலையான் காப்பாத்துவான்!" என்று ஆறுதல் சொல்லி, எனக்கு ஆரஞ்சு ஒன்றைக் கொடுத்துவிட்டுப் போனாள்.

ஏழு மணிக்கு ஆஸ்பத்திரி வெறிச்சோடி ஓய்ந்துவிட்டது. பத்து நாள் ஆன பிறகு, நர்ஸ் தேவகியிடம் ரொட்டியும் பாலும் போதவில்லை என்றேன். ரொம்ப இளகிய மனசு. உடனே டாக்டரிடம் சொல்லி டி.பி. ஆகாரத்திற்கு உத்தரவு வாங்கிவிட்டாள். அவ்வளவுதான்! கோழிமுட்டை, தக்காளி, பால் எல்லாம் வந்துவிட்டது.

வயிற்றுவலி தீர்ந்துவிட்டது; உடம்பும் ஒரு சுற்றுப் பருத்துவிட்டாற்போல் இருந்தது. பிறருக்கு உபகாரம் செய்யத்தானே உடம்பு எடுத்திருக்கிறோம்? வார்டில் இருந்த இருபத்தாறு நோயாளிகளுக்கும் என்னால் ஆன உபகாரத்தைச் செய்துகொண்டிருந்தேன்.

தண்ணீர் கொண்டு கொடுப்பது, எழுந்திருக்க முடியாதவரைத் தூக்கிவிடுவது, தள்ளு நாற்காலியில் நோயாளியை வைத்துத் தள்ளிக்கொண்டு போவது. செய்த உபகாரத்தையெல்லாம் கணக்கிட்டுச் சொல்லிக்கொண்டிருக்க முடியாது. ஆஸ்பத்திரியில் ஆயிரம் வகையில் உபகாரம் செய்ய இடம் இருக்கிறது.

நாலு வாரம் ஆகிவிட்டது. திடீரென்று ஒரு நாள் காலை என்னை டிஸ்சார்ஜ் செய்துவிட்டார் பெரிய டாக்டர். ஆஸ்பத்திரி உடைகளைக் கழற்றி வாங்கிக்கொண்டு என் ஒட்டுப்போட்ட சட்டை,துணிகளை நர்ஸ் எடுத்துக் கொடுத்து விடை கொடுத்தாள். உயிருக்கு உயிராகப் பழகிவிட்ட நோயாளிகளைப் பிரியும்போது நெஞ்சு வெடித்துவிட்டது.

வெளியே வந்தேன். ஈசலைப்போல மோட்டார் கார்கள். ஒரே ஜன வெள்ளம். டிராம் வண்டிகள் 'தடும் தடும்' என்று காதைப் பிளந்து நகர்ந்துகொண்டிருந்தன. நடைபாதையில் வந்து நின்றேன். எங்கே போவது? எனக்கு யார் இருக்கிறார்கள்?

"டிஸ்சார்ச் பண்ணிட்டாங்களா, நாயரே?" என்று கேட் இடுக்கில் உட்கார்ந்திருந்த ஒரு சேவகன் கேட்டான்.

"ஆமாம்."

"எங்கே, ஊருக்குப் பயணமா?"

"ஒண்ணும் புரியலை!"

"எந்த ஊரு?"

"மலையாளம்!"

"வேலை?"

"போர்ட்டர்!"

"இப்பப் போனா சரியா இருக்கும், போ! கொச்சின் எக்ஸ்பிரஸ் ஊதுற நேரந்தான்."

கூட்டத்தோடு கூட்டமாக டிக்கட் கலெக்டர் பார்வையிலிருந்து தப்பித்துக்கொண்டேன். கொச்சின் எக்ஸ்பிரஸில் ஏறினேன். வண்டி நல்ல வேகம். காலை பத்து மணிக்கு ஊர் சேர்ந்துவிடலாம். ஆனால் அரக்கோணத்தில் என் அதிர்ஷ்டம் வண்டியைவிட்டு இறங்கிவிட்டது. டிக்கட் பரிசோதகர் என்னைக் கீழே இறக்கிவிட்டுவிட்டார். நான்தான் சொன்னேனே, கடமையைச் செய்கிறவர்களைக் குறை சொல்லக்கூடாது என்று!

நல்ல வேளையாக ஆஸ்பத்திரியில் இரவுச் சாப்பாட்டைப் போட்டு அனுப்பியிருந்தார்கள்.

பைத்தியம் பிடித்தாற்போல் அலைந்தேன். ஆஸ்பத்திரி என் மனசை விட்டுப் போகவில்லை. நின்றேன்; குழம்பினேன். மறுபடியும் அங்கேயே போனால் என்ன?... என்ன சொல்லிக்கொண்டு போவது..? சரி, எப்படியாவது பார்த்துக்கொள்வோம் என்று மறுபடியும் பம்பாய் எக்ஸ்பிரஸைப் பிடித்தேன். அன்று பம்பாய் எக்ஸ்பிரஸ் இரண்டு மணி நேரம் 'லேட்'.

சென்டிரல் ஸ்டேஷனில் இரவைக் கழித்துவிட்டு, காலையில் ஜெனரல் ஆஸ்பத்திரியில் காலடி வைத்தேன்.

என்ன ஆச்சரியம்! மறுபடியும் என்னை 'அட்மிட்' செய்துவிட்டார்கள். வார்டுதான் வேறு. நோய், வயிற்றுவலியேதான்!

"ஆபரேஷன் ஆச்சுங்க. வலி கொஞ்சம் குணமாயிருந்துது. மறுபடியும் வலிக்குது" என்று உண்மையுடன் கொஞ்சம் பொய்யைக் கலந்தேன். குணமாகிற வரையில் இருந்து, மருந்து சாப்பிடச் சொல்லி உத்தரவு பிறந்தது.

இரண்டு மாதம் ஓடிற்று. எப்போதும் ஒரே தினுசான வாழ்க்கை இருக்குமா? காசு கொடுக்கிற, நல்ல சம்பளம் வாங்குகிற

நோயாளி வந்தால் என்னைத் தரையில் உருட்டிவிடுவார்கள். கம்பளியும் பாயும்தான் கிடைக்கும். அதனால் என்ன? காசு கொடுக்கிறவர்களுக்கு இந்த வசதிகூட இல்லாவிட்டால், அப்புறம் நியாயம் என்ன இருக்கிறது?

வயிற்றுவலி தீரவில்லை. எப்படித் தீரும்? கடைசியில் ஒரு நாள் டாக்டர் என்னை ஆஸ்பத்திரியிலிருந்து கழற்றிவிட்டுவிட்டார்.

நானும் விடவில்லை. இந்தத் தடவை அரக்கோணம் போகாமலேயே வேறு வார்டில் 'அட்மிட்' ஆகிவிட்டேன்!

இப்போது மார்பு வலி! ஆபரேஷன் கிடையாது, மருந்துதான்.

அதே வார்டில் ஒரு மாதத்திற்குப் பிறகு முதுகு வலி! இன்னும் ஒரு மாதம்!

கடைசியில் வெளியே போகத்தான் வேண்டும் என்ற நிலைமை ஏற்பட்டபொழுது நல்ல வேளையாக மஞ்சள் காமாலை வந்தது. பிறகு கழுத்து வீங்கிய மாதிரி இருந்தது. பொய்யும், போலி நோய்க்குச் சாப்பிட்ட மருந்தும் வேலை செய்கின்றன!

இப்படி எட்டு மாதங்கள் ஓடிவிட்டன.

மூன்றாவது வார்டில்தான் ராயப்பனைச் சிநேகம் பிடித்தேன். சுருட்டைக் கிராப்பு, ஒல்லியான தேகம், சிவப்பு அரைக்கால் சட்டை, ஒரு நீலச் சட்டை. அவனுக்குச் சினிமாக் கொட்டகையில் கூட்டுகிற வேலையாம். விஸிட்டர்கள் வரும் நேரத்தில் நோயாளி ஒருவரைப் பார்க்க வந்திருந்தான். பேச்சுக் கொடுத்தேன். சிநேகமாக முடிந்தது. வால்டாக்ஸ் ரோடில் ஒரு சந்தில்தான் அவனுக்கு வீடாம்.

"அண்ணே, காலையிலே இட்டிலி, காப்பி வேணும்னா சொல்லு. கேட்டில் வந்து காசு கொடுத்தா, வாங்கித் தாரேன்" என்றான் ராயப்பன் வலிய வந்து.

மறுநாளைக்கு அடுத்த படுக்கையிலிருந்த பள்ளிக்கூட வாத்தியார் என்னைக் கூப்பிட்டு, "ஓய், நாயர்! உனக்கு இரண்டணா தர்றேன். நாலு இட்லி, வடை, காப்பி வாங்கி வருவியா?" என்று கெஞ்சினார்.

"சரி"

ராயப்பன் வந்திருந்தான். ஐந்து நிமிஷத்தில் எல்லாம் வந்துவிட்டது.

நோயாளிகள் எல்லோரும் எனக்கு உறவினர்கள். அநாதைக்கு உலகம் முழுவதும் நாதன்தான்! எது வாங்கிக் கொடுத்தாலும் இரண்டணா என்று ஓர் ஏற்பாடு பண்ணிக்கொண்டோம். இதில் ராயப்பனுக்கு ஓர் அணா. யார் எதைச் சொன்னாலும் மறுப்பதில்லை. காசு கொடுக்கமாட்டான் என்பதற்காக ஓர் ஏழையைப் புறக்கணிப்பானேன்? பரோபகாரம் செய்யத் தொடங்கிக் கடைசியில் காசு வாங்குவதில் வந்து முடிந்துவிட்டது. ஏழை பாழைகளுக்காவது இரங்குவோமே! இலவச உதவி செய்வோமே. உடல் தேய்ந்தா போய்விடும்?

தலையணையை எடுத்து ஒருவருக்குச் சரியாக வைப்பேன். ஒருவருக்குப் போர்த்திவிடுவேன். ஒருவர் வாயில் பால் ஊற்றுவேன். மற்றொருவரைத் தூக்கிவிடுவேன்.

யாராவது ரொட்டி, மிச்சம் கொடுத்தால் சாப்பிடுகிறதுதான். வேண்டாம் என்று சொல்வதில் ஒரு ஜம்பமா? மனதாரக் கொடுக்கிற பண்டத்தை வேண்டாம் என்று முகத்தில் அடித்தாற்போல் எப்படிச் சொல்கிறது? ஏதோ உபகாரம் செய்கிறோம். பிரதியாக ஒன்று அவர் செய்ய நினைக்கிறார். அதில் அவருக்கு ஒரு மகிழ்ச்சி. அதை ஏன் கெடுக்க வேண்டும்? நாம் ஒன்றும் எதிர்பார்க்கவில்லை. தானாக வருவதைத் தள்ளுகிறதா? . . . நோயாளிகளுக்கு ஆறுதல் சொல்லுவேன். ஹாஸ்யமாகப் பேசுவேன். இதெல்லாம் உபகாரமில்லையா? எந்த எந்த வியாதிக்கு எப்படிப் படுக்க வேண்டும், எப்படி அசங்காமல் இருக்க வேண்டும் என்று அநுபவம் காரணமாக எனக்கு ஓர் அறிவு ஏற்பட்டுவிட்டது. இதைப் பரோபகாரத்திற்குப் பயன்படுத்தினால் குடியா முழுகிப்போய்விடும்?

‘குளோரோபாம் கேஸ்’ எப்படி நடந்துகொள்ள வேண்டும்? மறப்பு ஊசி போட்டதனால் ஏற்படும் உபாதையைச் சமாளித்துக் கொள்ளும் வழி என்ன ..?’ இம்மாதிரியாக எவ்வளவோ சொல்லிக்கொடுத்தேன்.

நர்சுகளுக்குக் கூடமாட உதவி செய்வேன். பெரிய டாக்டர் வேணும் என்பதை ஓடிப்போய் உள்ளேயிருந்து வாங்கி வருவேன்.

எல்லாவற்றிற்கும் விளைவு என்ன என்று சொல்ல வேண்டுமா? ஒரே அன்பு, ஒரே பிரியம்! ஒவ்வொரு நோயாளியும் ஒரு நிமிஷமாவது ராமன் நாயர் வந்து பேசாவிட்டால் எப்படி ஏங்குகிறார்! நம்மேல் இத்தனை மனிதர்கள் அன்பு வைத்திருந்தார்களா என்று நினைக்க நினைக்க எனக்கு வியப்புத் தாங்கவில்லை. ஆஸ்பதிரியிலேயே லயித்துவிட்டேன்.

வெளி உலகம் ஒன்று இருக்கிற ஞாபகங்கூடச் சில சமயம் மறைந்துவிடுகிறது உண்டு.

இதையும் சொல்லித்தான் விடவேண்டும். இந்த வார்டுக்கு வந்த பிறகு, இதுவரை ஐம்பது, முப்பதாக மூன்று தடவை ஊருக்கு மணியார்டர் செய்துவிட்டேன்.

ஒரே ஒரு நோயாளி. பெயர் கண்ண முதலி. ஏழு மாதமாக அதே வார்டில் ஒரே படுக்கையில் கிடக்கிறார். படுத்த படுக்கையாக ஏழு மாதம்! சாப்பாடு, கழுத்தில் குழாய் வைத்துத் திரவமாக இறக்கப்படுகிறது. அவர் பக்கத்து நோயாளியிடம், "பாருங்க, சார்! ஆள் கிழங்குக் கணக்கா இருக்கிறான். இவனுக்கு வியாதியாம்! பால், ரொட்டி, தக்காளிப் பழம், இருக்கிறவங்க கொடுக்கிற மிச்சம் எல்லாத்தையும் துண்றான். வாய் மூடாப் பட்டினி! காசு வேறே கேக்குறான்" என்று என்னைப் பற்றிச் சொன்னாராம்.

'குளுமையான நெஞ்சு! இந்த நெஞ்சில் சோறு எப்படி இறங்கும்!' என்றுதான் சொல்லத் தோன்றுகிறது. தொலைந்து போகிறார்! இன்னமும் அவர் மனைவி வராத வேளைகளில் நான்தான் அவரைக் கவனித்துக்கொள்கிறேன். எனக்கு இந்த விஷக் கண்கள் படுவதில் நம்பிக்கை உண்டு. இல்லாவிட்டால் திடீரென்று இந்த நிலைமைக்கு நான் வரக் காரணம் என்ன?

ராயப்பன் மகா நம்பிக்கையான ஆசாமி. நாலணாவிற்கு ஓரணா கூலியே தவிர, தப்புத் தண்டாவிற்குப் போகமாட்டான். அவனும் இந்த மூன்று மாதத்தில் நூறு ரூபாய்க்குமேல் இந்த வார்டிலிருந்து சம்பாதித்துவிட்டான்.

முத்துப்பிள்ளை வந்து, மூன்று வாரம் ஆகிறது. அவர் கான்ஸ்டேபிள், காசு கொடுக்கிற சீக்காளி. மூன்று வாரமாக வாயைக் கட்டிக்கொண்டிருந்த ஆளுக்குத் திடீரென்று நேற்று, பொங்கலும் வடையும் தின்ன ஆசை வந்துவிட்டது. வார்டில் இருக்கும் அத்தனை பேரும் இட்டிலி, பொங்கல், வடை என்று சாப்பிட்டுக்கொண்டிருக்கும்பொழுது, அவர் மட்டும் எவ்வளவு நாட்கள்தான் வாயைக் கட்டிக்கொண்டு சும்மா உட்கார்ந்திருக்க முடியும்? பத்துப் பதினைந்து நாட்களாகப் பத்திய ஆகாரம் சாப்பிட்டுச் சாப்பிட்டு நாக்குச் செத்துவிட்டது. நப்பாசை தட்டிவிட்டது. இந்த உலகத்தில் ஆசை யாரை விட்டது!

வாயைக் கட்டி, வயிற்றைக் கட்டி அவ்வளவு நாட்களை ஓட்டிவிட்ட முத்துப்பிள்ளை, அன்று என்னைக் கூப்பிட்டார். ஒரு காலி ஹார்லிக்ஸ் சீசாவையும் எட்டணாவையும் கொடுத்து,

“எந்தா ராமன் நாயர், ஒரு பொங்கலும், நாலு வடையும் வாங்கிக் கொடுக்கியோ? சட்ணி நிறைய இருக்கணும். எந்தா. ஓ!” என்று புன்சிரிப்புச் சிரித்தார். மலையாளம் பேசுகிறானாம்! நாக்கைப் பொசுக்க!

அவன் மாத்திரம் இல்லை; பதினெட்டு நோயாளிகள்! ஒன்று, அரை, கால் என்று கொடுத்தார்கள். கையில் ஏககாலத்தில் அவ்வளவு சில்லறைக் காசுகள் குலுங்கினதே இல்லை. தினமும் இப்படியே கிடைத்துக்கொண்டிருந்தால் இந்த வேலைக்கு ஈடாகுமா, போர்ட்டர் வேலை! ராயப்பனைத் தேடிச் சென்றேன்.

ராயப்பன் மூக்கில் வியர்த்த குருவியாக என்னை எதிர்பார்த்து நடைபோட்டுக்கொண்டிருந்தான், கிராதிக்கு அருகில்.

“ராயப்பன்! இன்று நீ நரி முகத்திலே முளிச்சிருக்கே. பதினெட்டுப் பேர் பணம் கொடுத்திருக்கிறாங்க. உனக்குக் கூலி பதினெட்டணா. அதாவது ஒண்ணே அரைக்கால் ரூபாய்!” என்றேன். பிறகு கணக்கைச் சொல்லிக் காசு அத்தனையையும் கொடுத்தேன்.

ராயப்பன் அத்தனையையும் வாங்கிக்கொண்டு போனான். கிராதிக்குப் பக்கத்தில் வால்டாக்ஸ் ரோட்டைப் பார்த்துக் கொண்டே நான் நின்றேன். நின்றேன், நின்றேன்! அப்படியே நின்றுகொண்டிருந்தேன்! கால் கடுத்தது, ராயப்பன் வரும் வழியாக இல்லை. கடைசியில் நம்பிக்கை இழந்து, பதினொரு மணிக்கு வார்டுக்குத் திரும்பி வந்தேன்.

“நாயர், எங்கே வடை?”

“நாயர், எங்கே ஐயா இட்டிலி?”

“என்னய்யா! வெறுங்கையோடு வறியே?”

“ஓ ராமன்நாயர்! எந்தாயா தாமசம்?”

எல்லோருக்கும் பதிலாக, “இன்னும் ஆள் வரவில்லையே!” என்றேன் வருத்தத்துடன். கொஞ்ச வருத்தமா?

“டேய், யார் கிட்டடா உன் வேலையைக் காண்பிக்கிறே! வைடா காசை! எங்கேடா பாட்டில்!”

‘டா’ என்று ஆரம்பித்துவிட்டார் முத்துப்பிள்ளை; கான்ஸ்டேபிள் ஆயிற்றே!

நர்சுக்குச் செய்தி போய்விட்டது. கௌசல்யா வந்தாள். எல்லாவற்றையும் விவரமாக விசாரித்தாள்.

"நீதானே காசை வாங்கிட்டு போனே; நீதான் பொறுப்பு. நீதான் திருப்பிக் கொடுக்கணும்" என்று தீர்ப்புக் கூறினாள் அவள்.

"எப்படி? உபகாரத்துக்கு ஒரு ஆளுக்கிட்டச் சொன்னேன். அவன் ஓடிப் போய்ட்டான். அதுக்கு நான்தான் பொறுப்பாளியா?" என்றேன்.

"இது என்ன குதர்க்கம்? மலையாளிமார் பெயரையே கெடுக்கிறியே?" என்றாள் அவள். அவளும் என்னைப்போல மலையாளி. மலையாளிகளின் பெயரைக் காப்பாற்ற என்ன அக்கறை! என்னை அவள் திருடன் என்று சொல்லவில்லை. நீதான் பொறுப்பாளி என்று சொன்னாளே தவிர, ஒரு வார்த்தை அப்பழுக்காகச் சொன்னாளா? கையில் மட்டும் அப்பொழுது அத்தனை பேருக்கும் திருப்பிக் கொடுக்கக்கூடிய பணம் இருந்தால், அப்பொழுதே தலையைச் சுற்றி வீசி எறிந்திருப்பேன். கையில் சல்லிக் காசு கிடையாது. முந்தாநாள்தான் ஊருக்கு முப்பது அனுப்பித்தேன். என்ன செய்கிறது?

அதற்குள் பெரிய டாக்டர் வந்துவிடவே, எல்லோரும் அவரிடம் போய் முறையிட்டார்கள்.

"பொய்யன், திருடன்" என்று டாக்டர் கூச்சல் போட்டார்.

நானா திருடன்? பொய்யன் என்றாலும் ஒத்துக்கொள்ளலாம். நானா திருடன்? எனக்குக் கோபம் பீறிக்கொண்டு வந்தது.

"டாக்டர் ஸார், நான் திருடனில்லை" என்று கத்தினேன்.

"போடா!"

"நான் ..."

"அதெல்லாம் முடியாது."

டாக்டர் எனக்கு 'டிஸ்சார்ஜ்' உத்தரவு கொடுத்துவிட்டார். மன்னிப்புக் கேட்க மனமில்லை.

ஹூம்... நான் 'டிஸ்சார்ஜ்' ஆனதற்குக் கண்ண முதலியாரின் கண்ணைத் தவிர வேறு எது காரணமாக இருக்க முடியும்? டாக்டரைச் சொன்னால் நாக்கு அழுகிடும்.

ஊருக்குப் போனால், நான் அனுப்பின நூற்றைம்பது ரூபாயில் நாற்பது, ஐம்பது மிச்சம் பிடித்து வைத்திருப்பாள் ருக்கு. அவள் கெட்டிக்காரி.

அதை முதலாகப் போட்டு ஒரு வெற்றிலைப் பாக்குக் கடை வைக்க வேண்டும். எல்லாவற்றையும் அவள் செலவழித் திருந்தால்...? செலவழித்திருக்கட்டுமே! குடியா முழுகிவிடும்!

இந்த ஆஸ்பத்திரி இல்லாவிட்டால் வேறு ஒரு பெரிய ஆஸ்பத்திரி என்று சொல்கிறீர்களா?

அதுதான் இல்லை. இது ஒரு பிழைப்பா! நிம்மதியோடு யாராவது பொய் சொல்லிக்கொண்டிருக்க முடியுமா? அதுவும் எத்தனை நாளுக்கு?

மறுபடியும் மூட்டை தூக்குகிறேன், அது எவ்வளவோ கௌரவம்.

'உழைத்தோம், சம்பாதித்தோம்!' என்று திருப்தியாவது இருக்கும் இல்லையா?

கல்கி தீபாவளி மலர், 1952

தூரப் பிரயாணம்

"அட, எப்ப?" என்று பாலி வரவேற்றாள். பிறகு மெதுவாக, "இன்னும் இரண்டு ஆளாக்கு போடப்பா!" என்று பால்காரனிடம் வந்த விருந்துக்கு வேண்டிய அதிகப்படிப் பாலையும் வாங்கிக்கொண்டாள்.

"மதுரையிலிருந்தா?"

"ஆமாம்!"

அந்தப் புன்முறுவலுக்கு எவ்வளவோ அர்த்தமுண்டு. அவளுக்கு எவ்வளவோ தினுசாகப் புதுசாகப் புன்னகை பூக்கத் தெரியும். ஆனால் இந்தப் புன்முறுவல் இவனுக்குத்தான்! வேறு ஒருவருக்கும் அதைக் காணவோ, அதன் குளுமையில் நனைந்து புல்லரிக்கவோ முடியாது; உரிமை கிடையாது. அதாவது உரிமை உள்ளவனுக்குக்கூட முடியாது, கிடையாது என்று அவனுக்குத் தெரியும். 'யார் என்ன சொன்னாலும், செய்தாலும், யார் என்மீது உரிமை கொண்டாடினாலும், நான் முழுதும் உனக்குத்தான். முழுவதுந்தான்! ஆமாம். இந்தப் பொங்கிக் குலுங்குகிற வனப்பும் செழிப்பும், மலர்ந்து விரியும் நெஞ்சமும் உனக்குத்தான்' என்று சொல்கிற புன்முறுவல் அது. தெருவில் இருந்த பனி மூட்டத்தில் பளீரென்று அருணோதயம்போல் அந்த முகம் ஒளி வீசிற்று.

"அட, எப்ப?" என்று விறுக்கென்று வெடித்த மலர்ச்சியும் பூரிப்பும், இரவு முழுவதும் ரெயிலில் நசுங்கிப் பட்ட அவஸ்தையையும் கலக்கத்தையும்

கரைத்துவிட்டன. தைப் பனி தெருவில் விலகவில்லை, அவனுடைய பனி விலகித்தான் விட்டது!

ரிக்ஷாவிலிருந்து இறங்கிப் பையை எடுத்துக்கொண்டு உள்ளே வந்தான் அவன்.

"அண்ணா இன்னும் முழிச்சுக்கலையா?" என்று கேட்டவாறே அவளைத் தொடர்ந்து வந்தான்.

"இன்னும் முழிச்சுக்கலை. நீ வரபோதெல்லாம் அவர் தூங்கிண்டுதான் இருக்கார்."

அவன் முகம் இந்த இங்கிதத்தைக் கண்டு வியப்பில் ஒளிவிட்டது.

இதன் முழு அர்த்தமும் அவனுக்குத்தான் தெரியும்.

அப்போதுதான் கண்ணைப் பிட்டுக்கொண்ட அவர் காதிலும் அது விழுந்தது.

"யாருடீ அது? அட, ரங்குவா? வா, வா. பாத்தியாடா ரங்கு. நீ வரபோதெல்லாம் நான் தூங்குகிறேனாம். இந்தத் தடவை முழிச்சுனுட்டேன். போறுமா..? வா. உட்காரு. எப்ப வந்தே? என்ன சேதி? எங்கேருந்து வரே இப்ப?" என்று படுக்கையில் சப்பணங்கொட்டி உட்கார்ந்து, மெத்தையின் ஓரத்தை மடக்கித் தன் சிநேகிதனான ரங்கு உட்கார இடம் கொடுத்தார்.

"இப்பத்தான் அண்ணா வரேன். மதுரையிலேருந்து தான் வரேன்" சர்மா சிநேகிதரானாலும், வயதை உத்தேசித்துச் சர்மாவை, "அண்ணா அண்ணா" என்றுதான் ரங்கு அழைப்பது வழக்கம்.

"கூட்டந்தானோ, ரெயில்லே?"

"நிக்கிறதுக்கு இடமில்லேண்ணா. நிமிர்ந்து உர்கார்ந்த வாக்கிலேயே தபசு பண்ணிண்டே வந்தேன்!"

"தபசு பண்ணினதுதான் மிச்சம்... ஆனால் தூக்கம் வரவில்லைன்னு சொல்லு" என்று சிரித்தாள் அவள். கள்ளமற்ற சிரிப்பு!

"எப்படி வரும்?"

"ம்... ஊரிலே ஆமடையாள், குழந்தைகள் எல்லோரும் சௌக்கியந்தானே? சின்னப் பயலுக்கு என்ன வயசு?" என்று சர்மா கேட்டார்.

"இரண்டு வருசம் முடியப் போறது!"

தூரப் பிரயாணம் 157

“சரி, பல்லைத் தேயி, காப்பி சாப்பிடலாம். ஏண்டி நின்னுண்டே இருக்கே? காப்பியைப் போடேன்.”

“பால் காயறது. கலக்க வேண்டியதுதான். நீங்க சோம்பல் முறிக்க ஆரம்பிக்கலியே இன்னும்... ரங்கு! நீ வா, அண்ணாவுக்கு நாழியாகும்!”

ரங்கு பல்லைத் தேய்த்தான். கள்ளிச் சொட்டாக நுரைத்து, மணத்த காபியை நெஞ்சு சுட, உள்ளம் குளிரக் குடித்தான்.

“அப்பா, எத்தனை நாளாச்சு இந்த மாதிரிக் காபி குடிச்சு! மெட்ராஸ்லெ இது கிடைக்கலேன்னு எல்லாரும் சொல்றா. ஆனா இந்தக் காப்பி எனக்கு மெட்ராஸ்லெதான் கிடைக்கிறது.”

“மெதுவாடா, மெதுவா! உங்க ஆமடையா காதுலே இதையெல்லாம் போட்டு வைக்காதே!”

இந்தக் கேளிக்கைப் பேச்சையெல்லாம் அவள் வாயைப் பிடுங்கிப் பிடுங்கிக் கேட்கும்போது, அவனுக்கு மெய் முழுவதும்– ஒவ்வொரு மயிர்க்காலும் மகிழ்ந்து மலர்ந்தது.

“அண்ணா ரொம்ப இளைச்சுப் போயிட்டாரே, ஏன்?”

திடீரென்று அவள் குரலில் கேலி மறைந்துவிட்டது. தாழ்ந்து பயந்து சொன்னாள்: “அண்ணாவா? அதை ஏன் கேக்கறே? பொழைச்சது புனர் ஜன்மம். இரண்டு மாசமா வயத்து வலி. துடிச்சுப் போயிட்டார்! கொஞ்ச மருந்தா, கொஞ்ச மாயமா? ஒண்ணரை மாசம் மெடிகல் லீவு போட்டார். இப்பத்தான் ஒரு வாரமா ஆபீஸுக்குப் போயாறது. உடம்பு பாதியாப் போயிட்டுது. இப்பவும் ராத்திரியில் கஞ்சிதான் ஆகாரம். என்னமோ போ! பொழச்சேன்!”

குளித்துவிட்டுச் சாப்பிடும்போது, “ஆபீஸ் விஷயமாத்தானே வந்திருக்கே?” என்று சர்மா கேட்டார்.

“ஆமாம் . . . பிரமோஷன் விஷயந்தான்!” என்று பதில் சொன்னான் ரங்கு. “மத்தியானம் மூணு மணிக்குப் போகணும்.”

“மூணு மணிக்குத் தானேடா? சாப்பிட்டுவிட்டு நன்னா ஒரு தூக்கம் போடு. ராத்திரி முழுக்கத் தூங்கலை. கண்ணைப் பார்த்தால் ‘பங்கி’யடிச்சாப்பலே இருக்கு. இப்படியே போய் ஆபீஸரைப் பார்க்காதே. நன்னாத் தெளிஞ்ச கண்ணோட போ. உன்னைத்தாண்டி! தொண தொணன்னு பேசித் தூங்காமெ அடிச்சுடாதே அவனை. அவனும் வர சான்ஸை எல்லாம் தூங்கி வழிஞ்சு கெடுத்துக்கப் போறான். ஆபீஸராக ஆகப் போறான்!”

“நான் ஒரு சான்ஸையும் கெடுக்கலை. ரங்கு என்ன தெரியாதவனா!” என்றாள் அவள்.

சர்மா அவள் சுருட்டிக் கொடுத்த வெற்றிலை சீவலைப் போட்டுக்கொண்டு, ரங்குவை மறுபடியும் தூக்கம் போடச் சொல்லிவிட்டு ஆபீஸுக்குப் போய்விட்டார்.

“அண்ணா சொல்லிவிட்டுப் போயிருக்கார். தூக்கம் போடு, ரங்கு! சான்ஸெல்லாம் கெட்டுப்போகப் போகிறது!” என்று அவள் சொன்னதைக் கேட்டு அவனுக்கு புன்முறுவல் தவழ்ந்தது.

“ரங்கு, நெசமா ஆபீஸ் வேலையாத்தான் வந்திருக்கியா?”

“இல்லாவிட்டால் வரப்படாதோ?” என்று கேட்டுக்கொண்டே மாட்டியிருந்த போட்டோக்களைப் பார்த்தான் அவன்.

“அப்படீன்னா, ஆபீஸ் வேலையா வரலையா நீ?”

அவன் திரும்பி அவளைப் பார்த்தான். அந்தக் கேள்வியைத் தவிர வேறு ஒன்றும் அந்த முகத்தில் தெரியவில்லை.

“ஏன்?”

“பின்னே எதுக்கு வந்தே?”

“எதுக்கா!”

“ஒரு லெட்டர் போடப்படாதான்னு கேட்கிறேன்?”

“லெட்டர் போட்டால்தான் வரவேற்பு உண்டாக்கும்!”

“வரவேற்புக்கு என்ன குறைச்சல்? அவர் உடம்பைப் பார்த்தியோ, இல்லியோ?”

அவனுக்கு ஒன்றும் புரியவில்லை.

கேள்வி சம்பந்தமில்லாமல் இருந்தது. சில சமயம் அவளுடைய மனத்தின் ஆழம் அவளுக்கே தெரியாது! அவ்வளவு ஆழம் இல்லாவிட்டால் சர்மாவை இப்படிக் கைக்குள் போட்டுக்கொள்ள முடிந்திருக்குமா, என்ன!

அவன், மேலே இருந்த ஒரு போட்டோவைப் பார்த்துக் கொண்டிருந்தான். திருச்சிராப்பள்ளியில் அவர் கீழ்த்தர குமாஸ்தாவாக இருந்தபோது எடுத்த படம். குடுமித் தலைக்கு மேல் குல்லாய், சாந்துப்பொட்டு, சற்றுக் கூர்ந்த மோவாய், காதில் கடுக்கன்—சிவப்புக் கடுக்கனாகத்தான் இருக்க வேண்டும்— கழுத்துத் திறந்த கோட்டு! சர்மாவுக்கு அப்போது முப்பது வயது இருக்கும். ஒல்லியாக, ஒணசலாக, கன்னத்து எலும்பும்,

கழுத்து உருண்டையும் தோலை முட்டும் வகையாக இருந்தாலும், முகத்தில் பால் வடிந்தது. அப்போதுதான் அவர் கல்யாணம் பண்ணிக்கொண்டிருந்தார். பாலிக்கும் அவருக்கும் பதினைந்து வயது வித்தியாசம் இருந்தது. கொல்லைக் கட்டில் குடித்தனம் வைத்து – அதாவது அத்தையுடன் ஜாகை போட்டு – காலேஜில் சேர்ந்திருந்த ரங்குவிற்கு, வயது வித்தியாசம் மட்டுமின்றி, வேறு என்ன என்னவோ வேற்றுமைகள் அவர்களுக்கு இடையே இருப்பதுபோலப் பட்டது. பாலியின் உருண்டு திரண்ட கைகள், தோள்கள், பெரிய, நீலம் ஓடிய, நனைந்தாற்போன்ற கண்கள், ஒரு வகையிலும் சேர்க்க முடியாத சந்தனக்கட்டை வர்ணம், அளந்து அளந்து உனக்கு இந்த அர்த்தம், உன் அத்தைக்கு இந்த அர்த்தம், உங்களுக்கு இந்த அர்த்தம் என்று ஒரே வார்த்தையில் நான்கு அர்த்தம் தெரிவித்த பேச்சு, ஆளுக்கு ஒரு வகையான புன்முறுவல் – கடைசியாக, கையிலும் காலிலும் நீண்டு குவிந்த விரல்கள், வழவழவென்று குழைந்த கைகள். எப்படிப் பார்த்தாலும் எடுப்பாக இருந்த முகம், நீண்டு, முதுகில் புரண்ட பின்னல், யாரையும் லக்ஷ்யமே செய்யாததுபோன்ற நடை, அவள் வாசலில் சாமான் வாங்குகிற சாமர்த்தியம், கண்டிப்பு.

ரங்குவிற்குப் பொறுக்கவில்லை!

"பாலி, அண்ணாவை நீ ஆசைப்பட்டா கல்யாணம் பண்ணிண்டே?" என்று வெறிபிடித்ததுபோலக் கேட்டான். சாயங்காலம் ஆறு மணி இருக்கும். வேஷ்டியைத் துவைத்துவிட்டு, வாளித் தண்ணீரில் அலசிக்கொண்டிருந்தாள் அவள். சட்டென்று நிமிர்ந்து பார்த்தாள்,

"எங்கேருந்து வரே, நீ இப்ப?" என்று கேட்டாள்.

"கூடத்தில்தான் இருந்தேன்."

"வாசல் கதவு, வெட்டி மல்லாத்தி வச்சிருக்கு. கண்ணிலே படலையா?"

"அட, நான் பார்க்கவே இல்லையே! அத்தை, கோயிலுக்குப் போனாள். திறந்து போட்டுவிட்டுப் போயிருக்கிறாள்!"

"சரி சரி, போய் சாத்திவிடாதே, அந்தி வேளை; வாசலைச் சாத்தக்கூடாது."

"சாத்தவில்லை!"

"மூஞ்சி அலம்பிக்கப் போறயா?"

"அலம்பிக்கணும்!"

தி. ஜானகிராமன்

“சரி, அலம்பிக்கோ.”

“வந்து, வந்து ...”

“என்ன வந்து?”

“வந்து ...”

“அண்ணாவைன்னு ... என்னமோ கேட்டியே, என்ன கேட்டே? அதானே, இங்கே வா சொல்றேன்.”

அருகில் நகர்ந்தான். நறுக்கென்று கன்னத்தில் ஒரு கிள்ளு. இன்னொரு கன்னத்தில் இன்னொரு கிள்ளு.

அவனுக்கு உடல் வெடவெடவென்று நடுங்கிற்று. உடல் வியர்த்துக் கொட்டிற்று. உதட்டைத் திறந்து பேச முடியவில்லை. இரண்டு நிமிஷம் ஜுரக் கனவில் மிதந்தான். வாழைக் குருத்தைப்போன்ற சில்லிட்ட உணர்வில் கட்டுண்டு கிடந்தான். உதடு நனைந்து நொந்தது.

“உடம்பு நெருப்பாப் பறக்கிறது ... உள்ளே போ. அத்தை வருகிற சமயம். அசட்டுப் பிசட்டுன்னு சமயம் தெரியாம வந்து, பேசிண்டு நிக்காதே. அப்புறம் எங்கேயாவது ஜாகை மாற்றிண்டு போயிடுவேன் ...”

“ஐயையோ, பாலி, பாலி!”

“போயிடு ... இங்கே வா. இந்தா, நாலணாக் காசு கொடுக்கிறேன். ஏதாவது கறிகாய் வாங்கிண்டு வா.”

“இதோ” என்று பையையும் காசையும் வாங்கிக்கொண்டு கிளம்பினான் அவன்.

கறிகாய்க் கடைக்குப் போகிற வரையில் அவன் காலும் கையும் நடுங்கிக்கொண்டேதான் இருந்தன. முகத்தில் ஏறிய சூடும் தணிய ஒரு நாழி ஆயிற்று.

சர்மா சாதுதான்! அவள் மேல் உயிரை வைத்திருந்தார். மூன்று வருஷம் வரையில் – அவர் உத்தியோகம் உயர்ந்து சென்னைக்குப் போகும்வரையில் – அவர் சாதுவாகத்தான் இருந்தார். ரங்கு அப்போது பி.ஏ. இரண்டாவது வருஷம் வாசித்துக்கொண்டிருந்தான். மாற்றல் செய்தி கேட்டது முதல் கண் காணாத இடம் எல்லாம் நின்று ஏங்கினான் அவன். அவர்களை வண்டி ஏற்றிவிடப் போகும்போது, துக்கத்தை மென்று விழுங்கினான்.

“ரங்கு, சும்மா அலட்டிக்காதே. சிநேகிதர்களைப் பிரியறது சாதாரண வேதனை இல்லை. பார்க்காமலேயே

போயிடப்போறோமா?" என்று ஜன்னலில் இருந்த அவனுடைய கையைத் தட்டிக்கொடுத்தார் சர்மா.

பாலி, வெறித்துப் பிளாட்பாரத்துக் கடிகாரத்தைப் பார்த்துக் கொண்டிருந்தாள்.

வண்டி நகர்ந்தது. ரங்கு பட்டமரம் போல் நின்றான்.

பன்னிரண்டு வருஷம் ஆகிவிட்டது. மாதம் ஒரு முறை ரங்கு சென்னைக்குப் போய்க்கொண்டுதான் வந்தான். உத்தியோகம் கிடைத்தது, மாலையிட்டு, தந்தையாகியும், சென்னைப் பிரயாணம் விடவில்லை. மாதம் ஒரு முறை இல்லையே தவிர, இரண்டு மாதம், மூன்று மாதத்திற்கு ஒரு முறை என்று விடாமல் வந்துகொண்டுதான் இருந்தான்.

பாலி சாப்பிட்டு, மெழுகிவிட்டு வந்தாள்.

"போட்டோவைப் பார்த்துண்டே நிக்கறியே, என்ன?"

"ஏன், பார்க்கப்படாதா?"

"பாரு, பாரு, தூங்கலையான்னேன். மூணு மணிக்குப் போகணும்னு சொன்னியே."

"உன்கிட்டச் சொன்னேனா?"

"என்கிட்டச் சொல்லலைதான். ஆனா இப்படிப் போயிட்டு வாயேன்."

"பாலி, நீ என்ன சொல்றே? உன் சமுத்திர நெஞ்சில் முழுகத் தெம்பில்லை எனக்கு."

"அண்ணா உடம்பைப் பாத்தியோ, இல்லையோ?"

"பார்த்தேன்."

"என்னமோ மஞ்சளும் குங்குமமுமாப் பொழைச்சேன்."

"அவ்வளவு 'சீரியஸா'கவா போய்விட்டது?"

"பத்து நாள் படுக்கையை விட்டு அசையவில்லை. வயிற்று வலி, மருந்துக்கு கட்டுப்படற வலியாத் தோணலை. கடைசியில் பக்கத்துத் தெரு மாரியம்மனுக்கு வேண்டிக்கொண்டேன். ஒரு மண்டலம் – நாற்பத்தெட்டு நாள் – அடிப் பிரதக்ஷிணம் பண்ணுகிறதாக வேண்டிக்கொண்டேன். மகமாயி வயிற்றில்

பாலை வார்த்தாள். தினமும் சாயங்காலம் அஸ்தமனத்துக்கு முன்னாடி ஸ்நானம் பண்ணிவிட்டு மூன்று தடவை வலம் வருகிறேன். வரப்பிரசாதி இந்த அம்மன். நீ பார்த்திருக்கயோ?"

"அடுத்த தெருவில்தானே? ... பார்த்திருக்கிறேன்."

"அதுவும் இன்னிக்குத் தை வெள்ளிக்கிழமை. அலங்காரம் எப்படியிருக்குன்னு அவசியம் பார்க்கணும். இரண்டு கண் போதாது. வீரப் பார்வையும் அதுவும்!"

"பாலி!"

பாலி மௌனமாக நின்றாள்.

"நான் என்னத்தைச் சொல்றது!" என்று ஒரு நிமிஷம் கழித்துச் சொன்னாள்.

"முந்நூறு மைல் கண் விழித்து வந்திருக்கேன்... எனக்கு உத்தியோகம் உயர்ந்தால் என்ன? உயராவிட்டால் என்ன!"

மறுபடியும் மௌனந்தான்.

"மூணு மாசமா ஏங்கிண்டு, கடைசியில் புறப்பட்டு இவ்வளவு தூரம் வந்து..."

"ரங்கு, நீ ஊருக்குப் போயிடு!"

"என்னது!"

"இன்னிக்கு ராத்திரியே போயிடணும்."

"பாலி..!"

"கிட்ட வராதேன்னா, வராதே! ஆமாம்!"

"பாலி, நீ பேசறதே எனக்குப் புரியலியே!"

"புரியாமல் என்ன? புரியும்படியாகத்தான் சொல்கிறேன். நீ போயிடு!"

"எங்கே போறது?"

"ஊருக்கு!"

"நிஜமாத்தானா!"

"நிஜமாத்தான். நிச்சயமாத்தான்."

"ஏன்? என்னைப் பிடிக்கவில்லையா?"

"அதுக்கெல்லாம் பதில் சொல்ல முடியாது. எட்டி நின்னு பேசு."

"பாலி, நெஜம்மாச் சொல்றேன். உன்னைப் பார்த்தால்தான் மாரியம்மன் மாதிரி இருக்கு இப்ப!" என்று சிரித்துக்கொண்டே மோவாயைத் தட்டினான் அவன்.

"சை, நீ ஒரு புருஷன் மாதிரி! சொன்னாப் புரியறதே இல்லை!" என்று தண்ணீரை விட்டு மோவாயை அலம்பிக்கொண்டு வந்தாள் அவள்.

"இப்ப மாத்திரம் சுத்தமாப் போயிட்டுதோ?"

"அதெல்லாம் உன்னை நான் கேட்கவில்லை."

"ஒரு டம்ளர் தண்ணியாலெ சுத்தப்படுத்திக்கொண்டு விட்டதாக நினைக்கிறாயே! எனக்குந்தான் நீ சொல்றது புரியவில்லை."

"உங்களுக்கெல்லாம் புரியாது. பொம்மனாட்டி அழகைத் தவிர ஒண்ணுமே புரியாது... நீ என்ன சின்னப் பையனா? வயசு முப்பதாச்சே! யோசனை பண்ணறதுக்குத் தெம்பு இல்லையா..? ரங்கு, உனக்கு நமஸ்காரம் பண்ணுகிறேன். நீ போயிடு. என் மனசு சரியாயில்லை. இந்த மாதிரி, விளையாட்டோடு சிரிக்காதே. அப்புறம் விபரீதமாப் போயிடும்."

"ஏ அப்பா, பிரமாதமாப் பயமுறுத்தறயே?"

"பயமுறுத்தவில்லை. எனக்கு மனசு சரியாயில்லை. சொல்லுகிறேன்."

"பிரதக்ஷிணம் ஆரம்பிச்சு எத்தனை நாளாச்சு?"

"இன்னிக்கு எட்டு நாள் ஆகிறது. போன வெள்ளியன்னிக்கு ஆரம்பிச்சேன்."

"அப்படீன்னா, இன்னும் நாற்பது நாள் செய்யணுமா?"

"ஆமாம்!"

"அப்புறம்?"

"ரங்கு, உனக்கு மானம், வெட்கம் ஏதாவது இருக்கா?... ஏன் என் உயிரை வாங்கறே?"

"பாலி, நான் போகவே போகிறதில்லை. நீதான் எனக்கு எல்லாம்."

"அதனால்தான் சொல்கிறேன். நீ போயிடு இன்னிக்கி."

"அப்புறம்?"

"அட, ராமா!"

"சொல்லேன்!"

"அப்புறம் என் இஷ்டம். என் மனசு சொல்றபடிதான்."

ரங்குவின் கண்கள் வெறிகொண்டு மிதந்தன.

"பாலி, ஸ்வாமியைக்கூட ஏமாத்தப் பாக்கிறே நீ!"

"ஸ்வாமியை என்னிக்கோ ஏமாத்தியாச்சு! இப்ப இவரைத் தான் ஏமாத்த வாண்டாம்னு பார்க்கிறேன். நீ பாம்பு மாதிரி வந்து காலைக் காலைச் சுத்தறே?"

"பாலி!"

"பின்னே என்ன?"

"நானா பாம்பு! நானா, நானா!"

"பேச்சை விடு... விடு! ஐயையோ, விடறியா இல்லியா இப்ப!" என்று சுற்றின பாம்பைப் பிடுங்கி விடுகிறதுபோலக் கைகளை உதறி எறிந்தாள் பாலி.

"ரங்கு, ரங்கு, நீ இப்படி இருப்பேன்னு நினைக்கவே இல்லை."

விசித்து விசித்து அழுதாள் பாலி.

அதிர்ந்துபோய் நின்றான் ரங்கு. தளர்ந்து சுவரில் சாய்ந்து, நிமிர்ந்து உட்கார்ந்து, அழுகிறவளைப் பார்த்தான்.

"பாலி! என்னை ஒன்றும் நினைத்துக்கொள்ளாதே. தெரியாத்தனமா இப்படியெல்லாம் பேசி, நடந்துகொண்டு விட்டேன். இவ்வளவு மிருகமா இருப்பேன்னு தெரியலே. ஒண்ணும் நெனச்சுக்கலேன்னு சொல்லு... சொல்லு, நெனச்சுக்கலேன்னு சொல்லு."

தேம்பித் தேம்பி அழுதாள் பாலி.

"பாலி, என்னை மிருகம்னு நினைத்துக்கொண்டுவிடாதே. என்மேல் கோபம் இல்லேன்னு சொல்லிவிடு. சொல்லமாட்டியா?"

"கோபமில்லேன்னு சொல்லச் சொல்றயா..? சொன்னா உனக்காகத்தான் சொல்லணும்?"

"உனக்காகச் சொல்லமாட்டியா?"

"நான் சொல்ல முடியுமான்னு நீயே சொல்லு..?

"பாலி, தெரியாத்தனமாக நடந்துகொண்டுவிட்டேன். நான் ஊருக்குப் போயிட்டு வரட்டுமா?"

"இப்பவேவா?"

"ஆமாம்!"

"ராத்திரித்தானே வண்டி?"

"நான் இப்பவே போறேன்."

"நான் என்னத்தைச் சொல்றது? உன் இஷ்டம். சாப்பிட்டு விட்டுப் போகலாம்னு நினைக்கிறேன்."

"வேண்டாம்; நான் வருகிறேன்."

"சரி!"

"கண்ணைத் துடைத்துக்கொள்ளேன்."

"நீ போயிட்டு வா. இனிமே மெட்ராஸ் வரவேண்டாம்!"

வாசலில் பால் மணி கேட்டது. கண்ணைத் துடைத்துக் கொண்டு, பால் பாத்திரத்தை எடுத்துக்கொண்டு போனாள் பாலி.

"இரண்டு ஆழாக்குப் போதும்" என்று வாங்கிக்கொண்டாள். பாலில் ரங்கு சுற்றிச் சுற்றி வருவதுபோல் இருந்தது.

காதல், 1956க்கு முன்

தி. ஜானகிராமன்

ராவணன் காதல்

மின்னலா அது?

அடுக்காகத் திரண்டு குவிந்த மேகத்தில் மின்னல் சிமிட்டிற்று. மின்னலா அது? வெண்மேகத்திலா மின்னல்? ராவணன் உற்றுப் பார்த்தான்.

மின்னல் நடந்து வந்துகொண்டிருந்தது – பெண்தான் அவள். ஒளிப் பிழம்பாகத் திகழ்ந்தது அவள் உடல். இளந்தளிரின் தளதளப்பும் பசையும் ஒளிர்ந்த பச்சைச் சேலை, காற்றில் தாறுமாறாகப் பறந்துகொண்டிருந்தது. அதைச் சரிப்படுத்தக்கூட முடியாமல் அவள் நடந்துகொண்டிருந்தாள். வெட்டவெளிக்குக் கண் ஏது? உயிர் ஏது? நாணப்படத் தேவையில்லை.

ராவணன், வியப்பில் கண்ணை அகல விரித்துப் பார்த்தான். பூத்துக் குலுங்கும் பவழமல்லிச் செடி நடந்து போவது போல் இருந்தது. நல்ல உயரம்; உருண்டு திரண்ட புஜங்கள்; கழுத்திலிருந்து வழிந்த தோளிலிருந்து, தலைப்பு நழுவிவிடும் போல் இருந்தது.

அந்த உயரந்தான் அவனை முதலில் கவர்ந்தது. வெறும் உயரம் அல்ல, உயரத்தின் அளவுக்கு அங்கங்களும் பூரித்திருந்தன. உச்சியிலிருந்து உள்ளங்கால் வரை உற்று நோக்கினான் அவன். கேசத்தின் சுருளை, தோளின் சரிவு, கண்ணின் வளைவு, முழங்கையின் வளைவு, முதுகின் வளைவு, இடையின் வளைவு, முழங்காலின் குழைவு, உயர்ந்த பாதங்களின் சரிவு – ஒரே சரிவும் வளைவும்

குளைவுமான உடல் அது. ஒளிமயமான தாய்ச் சரக்கில், தெரிந்த வளைவு குழைவுகளையெல்லாம் திரட்டி அவளைச் சமைத்துவிட்டான் படைத்தவன். ஆதி கர்த்தாவின் மனோரதமாக உருக்கொண்டதுபோல, பெண்மையின் லக்ஷ்யமாக அவள் ராவணனுக்குக் காட்சியளித்தாள். சௌந்தரியத்தைப் படைக்க முற்பட்டவனின் உச்சமான முயற்சி அவள். அழகைப்பற்றிய வரையில் அந்த வடிவந்தான் 'கடைசிச் சொல்' என்று ராவணனுக்குத் தோன்றிற்று. வேதங்களுக்கும் எட்டாத மெய்ப்பொருளைப்போல, அவள் அழகும் சொல்லுக்கு எட்டாத உணர்வாகத்தான் இருந்தது.

பிரமித்துப்போய் அவளுடைய வாட்டசாட்டமான ஆகிருதியைப் பார்த்துக்கொண்டு நின்றான் லங்கேசன்.

ஆஜானுபாகுவென்று ஆண்களைச் சொல்லும் சொல்லுக்கும் அவள் பொருந்தியவள்தான். வளர்த்தியும் வாளிப்பும் அரக்க இனமோ என்று ஐயத்தை எழுப்பின. ஆனால் அவளுடைய உடல் ஒளிமயமாக, படிக மயமாகப் பொலிவுற்றிருந்தது. பஞ்ச பூதங்களில் தேஜஸே ஓங்கி நின்ற அந்த வடிவு, அப்சரஸ்களுக்கே உரித்தானது.

ராவணன் அயர்ந்துவிட்டான்.

மகாவீரனுக்கே உரியவள் அவள். வீரமும் தைரியமும் நிறைந்த புருஷனுக்கு, ஆண்மைக்கு எடுத்துக்காட்டான தீரனுக்கே அவள் உரியவள்.

ராவணன் மனக்கண்ணாடியில் தன்னை ஒருமுறை பார்த்துக்கொண்டான். மலைபோன்ற தன் தோற்றத்தைப் பார்த்தான். தேவர்களைக் கதறக் கதற அடித்த தன் வீரத்தையும் பார்த்தான். நெடுங்காலம் கிடந்த தவத்தின் பயனாக, ஓங்கிநின்று, மூவுலகத்திற்கும் ஆதிக்கத்தை வாங்கிக் கொடுத்த தன் தேஜஸையும் கண்டான்.

மறுகணம் அவனுடைய கம்பீரமான ஆகிருதி அவளை இடைமறித்து நின்றது. மருண்டுவிட்டாள் அவள்.

"பயப்படாதே, நீ யார்?"

"..."

"பயப்படாதே, சொல்லு. யார் நீ?"

"புஞ்சிகஸ்தலை."

"அப்சரஸா?"

தி. ஜானகிராமன்

“ஆம்.”

“உனக்குப் பிறகு பிரம்மா எந்த அழகையும் படைக்க வில்லையோ?”

“நீங்கள் யார்?”

“நான் யாரா! இந்தப் பூத உடலுடன் பிரபஞ்ச வெளியில் சஞ்சரிக்கும் தவ வலிமை யாருக்கு இருக்க முடியும், ராவணனைத் தவிர?”

“லங்காதிபதியா?”

“திரிலோகாதிபதி . . . ஏன் ஓடுகிறாய்? அப்படி நில்லு. எதற்கு ஓடுகிறாய், ஓடித்தான் என்ன பயன்?”

ஓடுவதில் பயன் இல்லைதான். அவள் நின்றுவிட்டாள். பயத்தால் நிமிர்ந்த புருவங்களையும் மருளும் விழிகளையும் ஒன்றையொன்று பற்றிய உள்ளங்களையும் நோக்கினான். வளைந்து குழைந்த கைகள், நீண்டு கூர்ந்த விரல்கள், கூம்பிச் செம்மை பொழிந்த நகங்களின் வரிசை– ராவணன் நெருங்கினான்.

“எங்கே போகிறாய்?”

“பிரம்மாவிடம்.”

“எதற்காக? உன்னைப்போலவே இன்னொரு அழகியைப் படைத்துவிட்டாரா என்று பார்ப்பதற்கா? கவலைப்படாதே. அவருடைய திறமையெல்லாம் உன்னுடன் முடிந்துவிட்டது.”

“நான் போக வேண்டும்.”

“ஏன் இப்படி மருளுகிறாய்? வீரப் பெண்ணின் தோற்றமும் வடிவமும் கொண்ட உனக்கு இந்த அச்சம் பொருந்தவில்லையே?”

“நான் போக வேண்டும்.”

“எதற்காக?”

“பிரம்மாவைத் தரிசிக்கப் போகிறேன். வழி விடுங்கள்.”

“நீ அவரைத் தரிசிக்கப் போகிறாயா? அவர் உன்னைத் தரிசிக்கப் போகிறாரா?”

“என்ன உளறுகிறாய்?” சாமானியமான காமுகனின் பேச்சு, அவளுக்கு இந்தத் துணிவைக் கொடுத்துவிட்டது.

“தான் பயிர் செய்த கொடியிலிருந்து திராக்ஷையை எடுத்துச் சுவைக்கவில்லையா? நாம் செய்த சமையலை நாமே

தின்னவில்லையா? நம்முடைய சிருஷ்டி என்ற ஒன்றைச் சுவைக்காமல் ஒதுக்கிவிடுவதில்லையே நாம்!"

"ராவணேச்வரன் வாயிலிருந்தா இந்த அபத்தக் களஞ்சிய மெல்லாம் வெளிப்படுகிறது!"

உண்மைதான்; அவன் சுய புத்தியுடன் பேசவில்லை. அவளுடைய கணைக்காலின் கரவைப் பார்த்துப் போதைகொண்டு நின்றான். உடல், தீப்பற்றி எரிந்தது. கண், மதங்கொண்டு மங்கிற்று. சித்தம், மயங்கிக் கிடந்தது.

"என் புத்தி கெட்டுத்தான்விட்டது. என்ன செய்வேன்!"

"என்னைப் போகவிடு."

"உன்னைப் போகவிடவா வழிமறித்தேன்? – நான் உன்னை விட விரும்பினாலும் முடியாதுபோல் இருக்கிறதே! ஒரே சரீரத்தில் இவ்வளவு மென்மையையும் வன்மையையும் எப்படிச் சேர்த்து அமைக்க முடிந்தது? நம்முடைய பிதாமஹரான பிரம்மா பெரிய மாயாவிதான். மலரையும் தங்கத்தையும் சேர்த்துக் குழைக்க முடியுமா? ஆனால் அந்த அசாத்யமான கலை உன் அங்கங்களில் சாத்தியமாகிவிட்டது. இந்தப் புதிர் என்னைக் குழப்புகிறது."

அம்புபோல் அவன் திருஷ்டி துளைத்தது. அவள் மார்பகத்தை இழுத்துப் போர்த்துக்கொண்டாள்.

"பூஜைக்குப் போகும் என்னை ஏன் இப்படித் தொல்லை செய்யவேண்டும்?"

"நீ போகத்தான் வேண்டுமா?"

"ஆமாம்."

"நீ என்னை ஆட்கொண்டுவிட்டாய். என் காதல் கொழு கொம்பின்றித் தத்தளிக்கிறது!"

"விசித்திரமாக இருக்கிறதே!"

"என்ன?"

"உங்கள் காதல் விதையாகி, முளைவிட்டுக் கொடியாகி விட்டதா அதற்குள்?"

"நீ சொல்வது எனக்குப் புரிகிறது. காதல் மனங்களின் கலப்பு ஒற்றுமை என்று நீ சொல்லுகிறாய்."

"இரு உள்ளங்கள் ஒன்றையொன்று அறிந்துகொள்ளக் காலம் தேவை. இல்லாவிட்டால் காதல் என்ற சொல்லுக்கே அர்த்தமில்லை."

"விசித்திரமாக இருக்கிறதே!"

"என்ன?"

"மனங்களின் ஒற்றுமைதான் காதல் என்றால், குறட்டை விட்டுத் தூங்கும் என் தம்பி கும்பகர்ணனைக்கூட நான் காதலிக்கலாம். ஆணும் பெண்ணுந்தான் காதலிக்க வேண்டும் என்று தேவையே இல்லை. இந்த மன ஒற்றுமைக்காகத்தான் பிரம்மா ஆணையும் பெண்ணையும் படைத்தாரா?"

"விரும்பாத ஆணும் பெண்ணும் எப்படி சேர்ந்து வாழ முடியும்?"

"விரும்பினால்கூட ஏன் சேர்ந்து வாழவேண்டும்? ஆணும் பெண்ணுந்தான் சேர்ந்து வாழவேண்டுமா, என்ன? ஆணையும் பெண்ணையும் சரீர வேட்கைதானே பிணைத்துக் காதலன், காதலியாக ஆக்கிவைக்கிறது? காதல் உடலைப் பற்றியதாக இல்லாவிட்டால் ஆண் – பெண் என்ற வேற்றுமையையே உண்டாக்கிக்க வேண்டாமே. பாலற்ற பொதுவான ஓர் உருவத்தை, உடலும் உயிரும் பிணைந்த ஓர் உருவத்தைப் படைத்துவிட்டுப் பிரம்மா திருப்தியடைந்திருப்பார். அப்புறம் உன்னுடைய பெண்மைக்கும், மேடிட்ட நீண்ட கண்களுக்கும், கரவும் சரிவும் நிறைந்த எழில் உருவத்திற்கும், உன்னதமான நாசிக்கும், ஆணின் அகண்ட மார்பிற்கும், திரண்ட தோளுக்கும், வீரத் தோற்றத்திற்கும் என்ன அவசியம்? சொல்லுக்கு அகப்பாற்பட்ட, உணர மட்டும் முடிகிற ஒரு வனப்பு வடிவத்தைக் கண்டு காதலிக்கக் காலமா வேண்டும்? உன் எழில் கண்டவுடன் என்னைக் கிறங்க அடித்துவிட்டது. அப்படியானால் காதலுக்கு அறிமுகமும் நட்பும் காலமும் அவசியமா?"

"இந்தக் காட்டுமிராண்டிப் பேச்சு, காதைத் துளைக்கிறது. நான் உன்னைக் கண்டு மயங்கிவிடவில்லை. என்னைப் போகவிடு."

"என் தாபம் எழுந்துவிட்டது. எண்ணத்திற்கு ஈடேறல் வேண்டும்."

"என் எண்ணத்திற்குந்தான் ஈடேறல் வேண்டும். வெறுப்பு ஈடேற வேண்டும்."

"எல்லோருக்கும் ஈடேறல் கிடைப்பதில்லை." அவள் ஓடத் தொடங்கினாள். ஆனால் தேவர்களைக் கதறக் கதற அடித்த கை அவளைப் பற்றிவிட்டது. மறுகணம் வெட்ட வெளியே அவள் ஆடையாகிவிட்டது. ஜாதிக் குதிரையைப்போல் புஷ்டியும் வனப்பும் பூத்து நின்ற, அந்த நீண்டவுடல் அவனுடைய இரு

கரங்களிலும் கிடந்தது. எல்லையில்லாத அந்தச் சௌந்தரியம் அவனை மெய்சிலிர்க்க அடித்தது. அந்த வனப்புடல் எதிர்த்துப் போராடுவதும் மழையையும் புயலையும்போல ஓர் அழகாகத்தான் பட்டது அவனுக்கு. தீயில் விழுந்ததுபோல் துடித்தாள். மூவுலகையும் வென்ற வீரம் அவளை மிஞ்சிவிட்டது.

புஞ்சிகஸ்தலை பிரம்மனிடம் போய்க் கதறி அழுதாள். ராவணன், பிரம்மன்முன் குற்றவாளியாக நின்றான். ஆனால், அவன் தலை குனியவில்லை. 'இரண்டாக ஒடிந்தாலும் ஒடிவேன்; இன்னொருவனை வணங்கேன்' என்ற இயல்பான அவன் அகந்தை தலைதூக்கி நின்றது.

"தாத்தா, எதற்குக் கூப்பிட்டனுப்பினீர்கள்?"

"தவம் செய்வது சாதாரண மனிதனுடைய சக்திக்கு அப்பாற்பட்டது. நீ செய்த தவம், தவங்களுக்கெல்லாம் சிறந்தது. பஞ்சாக்கினி மத்தியில் தவம் புரிந்து, கிடைத்ததற்கரிய சித்தியெல்லாம் அடைந்திருக்கிறாய் நீ. மூவுலகின் ஆதிக்கமும் பெற்றுவிட்டாய். இவ்வளவு இணையற்ற தபஸ்விக்குப் புத்தி கெட்டுவிட்டதே என்று வேதனைப்பட்டுத்தான் உன்னை அழைத்தேன்."

"என் புத்தி கெட்டுவிடவில்லையே."

"இவ்வளவு தவம் செய்து பெற்ற வீரத்தைத் தனியே சென்ற ஓர் அபலையிடந்தான் காட்ட முடிந்ததா உனக்கு?"

"புஞ்சிகஸ்தலை விஷயமா?"

"ஆமாம்."

"தாங்கள் அப்ஸரஸ்களை எதற்குப் படைத்திருக்கிறீர்கள்? தேவர்களின் போகப் பொருளாகத்தானே?"

"தேவர்களுக்கு மட்டுந்தான்."

"ஏனோ?"

"நல்வினையின் பயனாகத் தேவர்கள் ஆனவர்கள் அவர்கள்."

"இந்த இன்பந்தான் அந்த நல்வினைக்கெல்லாம் பரிசா? அப்படியானால் என் தவ வலியால் மூவுலகிற்கும் ஈசனாகி விட்டேன் நான். எனக்கும் அவள் உரியவள்தான். பார்க்கப் போனால் எனக்குத்தான் அவள் உரியவள். இந்தத் தேவர்கள் எல்லோரும் பேடிகள். என்னைக் கண்ட மாத்திரத்தில் ஆடை பறக்க, கிலி பிடித்து ஓட்டமெடுக்கிற சூரர்கள்!

வீர்யமும் தேஜஸுும் அற்ற பேடிகள். நபும்சகன் ஆகிவிட்ட இந்திரனின் பெருங்குடி மக்கள்! 'மன்னனைப்போல் மக்கள்' என்ற முதுமொழியை மெய்யாக்க வந்தவர்கள். இவர்களுக்கு அப்ஸரஸ்கள் இல்லாமல்தான் குறைச்சலாகப் போய்விட்டது!..."

"தேவர்களைப் பற்றி அபிப்பிராயம் சொல்ல உன்னை அழைக்கவில்லை. நீ அவளைப் பலாத்காரம் செய்தது உண்மை தானே?"

"உண்மைதான்."

"எதற்காக இந்த இழிசெயலைச் செய்தாய்?"

"எதற்காகவா? இதென்ன கேள்வி? மிகவும் நகைப்பிற்கு இடமான கேள்வியல்லவா இது? மேலும் அது இழி செயலா?"

"நீ செய்தது இழிசெயல் இல்லையா?"

"ஏன் தவறு? பிதாமஹரே, புஞ்சிகஸ்தலையின் இணை யில்லாத எழில் என்னைப் பரவசப்படுத்திவிட்டது. ஒரு மகாவீரனை அடிமைப்படுத்தியது, உங்கள் சிருஷ்டிக் கலையின் உயர்வுக்கு மகத்தான சான்றில்லையா?"

"பெரும் தபஸ்வியின் போக்கு இதுதானா?"

"என் தவம் என்ன செய்யும்? தவம் சக்தியைக் கொடுக்கும் ஆண்மையை அளிக்கும். மனத்தைக்கூடப் பிடித்து நிறுத்துமா, என்ன?"

"புஞ்சிகஸ்தலை உன்னை விரும்பவில்லையல்லவா?"

"நான் அவளை விரும்பினேன். இந்தப் பிரபஞ்சத்தில் அழகெல்லாம் அவள் வனப்பில் வடிந்திருந்தது. நான் மயங்கினேன்; பலாத்கரித்தேன். பலாத்காரம் செய்தது உண்மைதான். ஆனால், அது தவறு என்று எப்படிச் சொல்லமுடியும்?"

"தவறில்லையா! மிகவும் நேரான செயலா?"

"எந்த நியாயத்தைக் கொண்டு நீங்கள் அதைத் தவறென்று சொல்கிறீர்கள்? எனக்கு விளங்கவில்லை. நான் செய்தது மிகவும் இயற்கையான செயல்தான். இந்த அழகைக் கண்டு நான் எழுச்சி கொண்டது இயற்கைதான். நானாகக் கொண்ட எழுச்சி அல்ல அது, அந்த அழகே செய்ததுதான். இயற்கையின் ரீதியில் அது நேரான செய்கைதான்."

"அவள் விருப்பத்திற்கு மாறாகக்கூட அவளைத் தனதாக்கிக் கொண்டது நேரான செய்கையா?"

"பிதாமஹரே, அழகு அநுபவத்திற்காக ஏற்பட்டதுதான். தேவர்களுக்காக மட்டும் என்று தனித்து அதை ஒதுக்கமுடியாது. அழகு எல்லா ஜீவர்களுக்கும் உரித்தான ஒரு பொதுச் சொத்து. புஞ்சிகஸ்தலை விஷயத்தில் தேவர்களுக்குள்ள உரிமை எனக்கும் உண்டு… அப்படி நான் செய்தது குற்றம் என்று கருதினால் சரீர அழகைப் படைத்த தாங்கள், அதைக் கண்டு மயங்கிவிடாமல் மனத்தை அடக்கும் தன்மையையும் படைத்திருக்க வேண்டும்."

"ஆகையால் நான் அவளைப் படைத்ததுதான் தவறு என்கிறாயா?"

"ஏறக்குறைய அப்படித்தான்… முதல் குற்றவாளி தாங்கள்தான். என் தவம் என் மனத்தை அடக்கப் பயன்படவில்லை. என் தவத்தையும் மீறிய அழகைக் கண்டு நான் சஞ்சலிக்காமல் இருந்திருந்தால் இந்தத் தொல்லை வந்திராது."

"உன் தவம் எப்படிப் பயனளிக்கும்? மனத்தை அடக்குவது தவத்தின் பயனல்ல; மனத்தை அடக்குவதுதான் தவம். நீ பஞ்சாக்கினி மத்தியில் செய்த தவங்களைவிட, அரை நாழிகை நேரம் சஞ்சலங்களுக்கிடையே ஆட்டங் காணாமல் நிற்பது ஆயிரம் மடங்குப் பெரிய தவமாகும். இயற்கை இயற்கை என்று நீ செய்தது நியாயம் என்று சொல்லிக்கொண்டாயே, அது வெறும் அபத்தக் கூற்று. நல்லது கெட்டது என்று பிரித்தெடுக்கும் சுயேச்சையுடன்தான் வாழ்வு கொடுக்கப்பட்டிருக்கிறது; இயற்கையை வெல்வதுதான் வாழ்வு."

"அந்த இயற்கையை வெல்ல என் தவம் உதவவில்லையே."

"உன் தவம் மிகவும் தாழ்ந்த ரகத்தைச் சேர்ந்தது."

"அந்த மட்டமான தவத்தைக் கண்டு மகிழ்ந்துதானா தாங்கள் எனக்கு வரங்களெல்லாம் தந்தீர்கள்!"

"தொடங்கிய இடத்திலேயே நீ இன்னும் நின்று கொண்டிருக்கிறாய். மீண்டும் மீண்டும் பேசி என்ன பயன்? படைத்தவனே எல்லாவற்றையும் கொடுத்துவிட்டால் படைக்கப் பட்டவனுக்கு என்ன வேலை இருக்கிறது? உன் விபரீத புத்தி உன்னைக் குதர்க்கவாதம் செய்யத் தூண்டுகிறது. பலாத்காரம் செய்ததை நியாயம் என்று மிருகந்தான் சொல்லும். நீ உயர்ந்த ஜீவனாகப் பிறந்ததன் நோக்கமே பாழ்த்துவிட்டது. நீயோ உன் மனத்தைக் கட்டி நிறுத்த முடியவில்லை என்று சொல்லுகிறாய். இனி எந்தப் பெண்ணையாவது—உன்னை விரும்பாத பெண்ணை—பலாத்காரம் செய்யும் எண்ணத்துடன் நீ தொட்டால் உன் தலை நூறு துண்டாக வெடித்துவிடும்… நீ போகலாம்."

இடிகுரலில் இந்தச் சாபம் எழுந்து விழுந்தது.

குற்றவாளி சிரித்தான்.

"பிதாமஹரே, அவசரப்பட்டுச் சாபம் கொடுத்துவிட்டீர்களே. மனத்தை அடக்கும் சக்தியை இயல்பாக ஏற்படுத்தாவிட்டால் உம்முடைய சிருஷ்டி அலங்கோலமாகத்தானே முடியும்?... என்ன செய்கிறது? கலைஞர்களுக்குக் காரணகாரிய ரீதியில் ஒன்றையும் செய்ய முடியாது. ஆதி கலைஞரான நீரும் மூடராக இருப்பதில் என்ன ஆச்சரியம்!" என்று சிரித்துக்கொண்டே வெளியேறினான்.

அவன் திரும்பி இலங்கையை நோக்கி பயணமானான் வான வீதியில் மின்னல் வெட்டிற்று.

புஞ்சிகஸ்தலை அங்கே நின்றுகொண்டிருந்தாள், வளைவும் குழைவுமாக. அவன் வேதனை எழுந்தது. உடல் தீப்பற்றி எரிந்தது.

"புஞ்சிகஸ்தலே!"

"மிருகமே, என்னைத் தொடாதே!"

"ஏன் ஒதுங்கி ஓடுகிறாய்? ஓடித்தான் என்ன பயன்?"

அவளைப் பற்றப்போனான் அவன். பளிச்சென்று தீ சுட்டாற்போல் கையை இழுத்துக்கொண்டான்.

புஞ்சிகஸ்தலை எக்களிப்புடன் சிரித்தாள்; சிரித்துவிட்டு நடந்தாள். அவளுடைய பின்னழகைக் கண்டு, கால் ஒடிந்தவன் போல நின்றான் லங்கேசன். அவன் உடல் தீப்பற்றி எரிந்தது.

காதல், 1956க்கு முன்